बेंजामिन फ्रँकलिन

राष्ट्राध्यक्ष असूनही राष्ट्राध्यक्ष न बनलेले महापुरुष

A Happy Thoughts Initiative

बेस्ट सेलर पुस्तक 'विचार नियम'चे रचनाकार सरश्री यांची अन्य श्रेष्ठ पुस्तकं

आध्यात्मिक विकास साधण्यासाठी या पुस्तकांचा लाभ घ्यावा

- जीवनाची दोन टोकं – ध्यान आणि धन
- रामायण वनवास रहस्य
- संत ज्ञानेश्वर – समाधी रहस्य आणि जीवन चरित्र
- ध्यान नियम – ध्यान करण्याचे सुलभ उपाय
- क्षमेची जादू – क्षमेचं सामर्थ्य जाणा, सर्व दुःखांपासून मुक्त व्हा
- प्रेम नियम – प्लॅस्टिक प्रेमातून मुक्ती

स्वविकासासाठी या पुस्तकांचा लाभ घ्यावा

- विचार नियम – आपल्या यशाचं रहस्य
- विकास नियम – आत्मसंतुष्टीचं रहस्य
- परिवारासाठी विचार नियम – हॅपी फॅमिलीची सात सूत्रं
- स्वसंवाद एक जादू – आपला रिमोट कंट्रोल कसा प्राप्त करावा
- आत्मविश्वास आणि आत्मबळ – यशाचं शिखर गाठणारे पंख
- समग्र लोकव्यवहार – मैत्री आणि नातं निभावण्याची कला
- अपयशावर मात – क्षमताप्राप्तीचं रहस्य
- कसा कराल स्वतःचा विकास आणि प्रशिक्षण – आत्मविकासाची सात पावलं
- सुखी जीवनाचे पासवर्ड – दुःख, अशांती आणि उद्विग्नतेच्या कैदेतून सुखाला करा मुक्त

युवकांनी या पुस्तकांचा लाभ घ्यावा

- आजच्या युवा पिढीसाठी – विचार नियम फॉर युथ
- नींव नाइन्टी फॉर टीन्स् – बेस्ट कसे बनाल
- श्रीरामांकडून काय शिकाल – नवरामायण फॉर टीन्स

या पुस्तकाद्वारे प्रत्येक समस्येचं समाधान प्राप्त करा

- स्वाथ्यप्राप्तीसाठी विचार नियम – मनःशक्तीद्वारे निरामय आरोग्य मिळवा
- स्वीकाराची जादू – त्वरित आनंद कसा प्राप्त करावा

या आध्यात्मिक कादंबऱ्यांद्वारे जीवनाचं गूढ रहस्य जाणा

- योग्य कर्मांद्वारे यशप्राप्ती – सन ऑफ बुद्धा
- शोध स्वतःचा – हरक्युलिसचा आंतरिक प्रवास
- पृथ्वी लक्ष्य – मृत्यूचं महासत्य
- दुःखात खुश राहण्याची कला – संवाद गीता

समर्पण

बेंजामिन फ्रँकलिन
हे पुस्तक छापणाऱ्यांचं
शरीर झिजलेल्या अक्षरांप्रमाणे
आणि फाटलेल्या अनुक्रमणिकेच्या
पुस्तकांप्रमाणे वाळव्यांचं खाद्य
बनून इथे पडलं आहे. तरीही हे पुस्तक कधीही
नष्ट होणार नाही. कारण ते नव्या स्वरूपात
आणि आधुनिक संशोधनासह लवकरच
प्रकाशित होईल, असा विश्वास आहे.

(समाधिस्तंभावरील लिहिलेले शब्द)

बेंजामिन फ्रँकलिन
राष्ट्राध्यक्ष असूनही राष्ट्राध्यक्ष न बनलेले महापुरुष

Benjamin Franklin
Rashtradhyaksh Asunhi Rashtradhyaksh N Banlele Mahapurush

By Tejgyan Global Foundation

प्रकाशक : वॉव पब्लिशिंग्ज् प्रा. लि., पुणे

ISBN : 9789387696570

प्रथम आवृत्ती : जानेवारी २०१९

© Tejgyan Global Foundation

All Rights Reserved 2019.
Tejgyan Global Foundation is a charitable organization having its headquarters in Pune, India.

सर्वाधिकार सुरक्षित

'वॉव पब्लिशिंग्ज् प्रा. लि.'द्वारे प्रकाशित हे पुस्तक अशा अटीवर विकण्यात येत आहे, की प्रकाशकाच्या लेखी पूर्वअनुमतीविना ते व्यापाराच्या दृष्टीने अथवा अन्य प्रकारे उसने, भाड्याने अथवा विकत, अन्य कोणत्याही प्रकारच्या बांधणीत अथवा अन्य मुखपृष्ठासह देता येणार नाही; तसेच अशाच प्रकारच्या अटी नंतरच्या ग्राहकावर बंधनकारक न करता आणि वर उल्लेखिलेल्या कॉपीराइटपुरत्या मर्यादित न ठेवता या पुस्तकाच्या कोणत्याही स्वरूपाच्या विनिमयास, तसेच कॉपीराइटधारक व वर उल्लेखिलेले प्रकाशक दोघांच्याही लेखी पूर्वअनुमतीविना इलेक्ट्रॉनिक, मेकॅनिकल, फोटोकॉपी, रेकॉर्डिंग इत्यादी प्रकारे या पुस्तकाचा कोणताही अंश पुनःप्रस्तुत करण्यास, जवळ बाळगण्यास अथवा सुधारित स्वरूपात प्रस्तुत करण्यास मनाई आहे.

'बेंजामिन फ्रँकलिन' या मूळ हिंदी पुस्तकाचा मराठी अनुवाद

अनुक्रमणिका

	भूमिका	७
प्रस्तावना	एका पुस्तकप्रेमी व्यक्तीची कथा	११
१	बेंजामिन फ्रँकलिन यांचं जीवन युवकांसाठी मार्गदर्शक	१७
खंड १	**बेंजामिन यांचं बालपण**	**२३**
२	बेंजामिन यांचं कुटुंब	२५
३	बालपण आणि शिक्षण	२९
खंड २	**प्रिंटिंग प्रेस आणि बेंजामिन**	**३५**
४	प्रिंटिंग प्रेसपासून कार्याची सुरुवात	३७
५	वादविवादांतून मुक्ती	४२
६	शिकण्याची तळमळ	४५
७	'न्यू इंग्लंड कूरांट'चं प्रकाशन	४९
८	बेंजामिन यांचा संघर्षमय प्रवास	५५
९	दगा होऊनही आशा कायम	६१
१०	लंडनमधील कार्य	६८
११	फिलाडेल्फियाला परत आले	७३
१२	सद्गुणांचा विस्तार	७८
१३	कीमर यांच्याशी मतभेद	८२
१४	बेंजामिन आणि मेरिडिथ यांची भागीदारी	८७

१५	पेन्सिल्व्हेनिया गॅझेट – वर्तमानपत्र	९२
१६	ग्रंथालयाची स्थापना	९९
१७	गरीब रिचर्ड-वार्षिक दिनदर्शिका कॅलेंडर	१०३
१८	बेंजामिन आणि डेबोरा यांचं वैवाहिक जीवन	१०७
खंड ३	**सामाजिक आणि राजनैतिक जीवनदर्शन**	**१११**
१९	जनरल असेंब्लीमध्ये नियुक्ती	११३
२०	बेंजामिन यांची युद्धनीती	११९
२१	सामाजिक कार्यात योगदान	१२४
२२	पोस्ट विभागात नियुक्ती	१२९
२३	डॉक्टर उपाधीने सन्मान	१३१
२४	मुलीचा विवाह आणि पत्नीचा वियोग	१३४
२५	पेन्सिल्व्हेनियाचे राष्ट्रपती	१३७
२६	अंतिम समय	१४३
खंड ४	**बेंजामिन फ्रँकलिन यांचे आविष्कार**	**१४७**
२७	बेंजामिन स्टोव्ह	१४९
२८	लाइटनिंग कंडक्टर	१५२
२९	छोटेच पण परिणामकारक शोध	१५७
	परिशिष्ट	**१६५**
१	स्मृतिचिन्हं	१६५
२	बेंजामिन यांचे अनमोल विचार	१६८
३	गुणांचा खजिना	१७१

भूमिका

'जो मनुष्य साहसी आहे, तो कनिष्ठ लोकांमध्ये नव्हे,
तर राजाच्या समीपच उभा राहील.'

बालपणी पित्याच्या तोंडून ऐकलेलं सॉलोमनचं हे वाक्य बेंजामिन फ्रँकलिनच्या अंतःकरणात खूप खोलवर कोरलं गेलं होतं. परिणामी, ते केवळ राजांसोबतच उभे राहिले नाहीत, तर त्यांच्याशी राजकीय विषयांवर विचारविनिमयदेखील करू शकले. वास्तविक त्यांना अन्य बालकांप्रमाणे शालेय शिक्षण घेण्याची कधी संधीच मिळाली नाही. परंतु स्व-अध्ययनाच्या बळावर स्वतःमध्ये त्यांनी इतकी योग्यता निर्माण केली, की नामवंत विद्यालयांतून आणि विश्वविद्यालयांमधून उच्चशिक्षण घेतलेला माणूसदेखील त्यांची बरोबरी करू शकत नव्हता.

बेंजामिन फ्रँकलिन यांचा जन्म १७ जानेवारी १७०६मध्ये अमेरिकेतील बोस्टन शहरात झाला. त्यांचं कुटुंब अतिशय मोठं होतं. बेंजामिन फ्रँकलिन यांना १६ मोठी भावंडं होती. बेंजामिन यांच्या वडिलांचं नाव जोसाया फ्रँकलिन. जोसाया यांचा साबण आणि मेणबत्ती तयार करण्याचा

छोटासा व्यवसाय होता. जोसाया यांची दोन लग्नं झाली होती. त्यापैकी बेंजामिनच्या आईचं नाव अबाया फ्रँकलिन. बेंजामिन हे जोसाया यांच्या दुसऱ्या पत्नीचं अपत्य. बेंजामिन यांची आई म्हणजेच अबाया अतिशय साधी, सरळ महिला होती. ती मुलांचं पालन-पोषण अतिशय प्रेमाने करत असे. कुटुंब मोठं आणि त्यामानाने आर्थिक परिस्थिती बेताचीच असल्याने बेंजामिन फ्रँकलिन यांना माध्यमिक शिक्षण घेणं शक्यच नव्हतं. तरीही त्यांनी स्व-अध्ययनाद्वारे समाजात ताठ मानेनं जगता यावं अशी पात्रता स्वतःमध्ये निर्माण केली. बेंजामिन फ्रँकलिन यांनी 'प्रिंटिंग प्रेस' या सामान्य व्यवसायाचं काम आपल्या भावाकडून शिकून घेतलं. मग त्यांच्या आयुष्यात एक दिवस असा आला, की ते 'पेन्सिल्व्हेनिया गॅझेट' नावाच्या सुप्रसिद्ध वर्तमानपत्राचे मालक बनले. हे यश त्यांना काटकसर, कार्याप्रति अढळ निष्ठा आणि निष्कलंक चारित्र्य या गुणांमुळेच प्राप्त झालं. (पेन्सिल्व्हेनिया गॅझेटविषयी १५व्या अध्यायात सविस्तर माहिती दिली आहे.)

बेंजामिन हे व्यवसाय करण्यासाठी लंडनसारख्या शहरात गेले. तिथे त्यांनी अत्यंत हलाखीत दिवस काढले. लंडनमध्ये त्यांना एखाद्या मजुरासारखं काम करावं लागलं. त्यांच्यासमोर केवळ राहण्याचाच नव्हे, तर झोपण्याचाही ठावठिकाणा नव्हता. ते दिवसभर मजुरी करून, रस्त्यावर वर्तमानपत्र विकून उपजीविकेसाठी धडपड करत. प्रिंटिंग प्रेसचं काम शिकल्यानंतर त्यांनी अनेक मुद्रणालयांमध्ये काम केलं. लेखनकौशल्य त्यांच्यात बालपणापासूनच होतं. शिवाय कालानुरूप ते कौशल्य इतकं विकसित होत गेलं, की ते स्वतःच्या पुस्तकांचं आणि वर्तमानपत्रांचं संपादन व प्रकाशनही करू लागले.

बेंजामिनच्या चारित्र्यातील वैशिष्ट्यपूर्ण गोष्टींचं आपण जितकं वर्णन करू, तितकं कमीच आहे. ते सतत तत्त्वज्ञानविषयक बाबींचा शोध घेण्यात व्यग्र असत. कोणताही विषय त्यांच्यासाठी नावडता नव्हता, असं म्हटलं

तर वावगं ठरणार नाही. लेखन, कला, संगीत, विज्ञान, प्रवास, देशसेवा, मुद्रण, व्यंग्यचित्र, राजकारण, संशोधन, सैनिकी कौशल्य इत्यादी क्षेत्रांतील त्यांच्या अद्वितीय योगदानाबद्दल संपूर्ण विश्व बेंजामिन यांना आपला आदर्श मानतं. त्यांच्याद्वारे अनेक वैज्ञानिक शोध लागले. बायोफोकल चश्मा, ओडोमीटर, खोली उबदार बनवण्याची शेगडी, लाइटनिंग कंडक्टर, थर्मामीटर, गल्फ स्ट्रीमचा नकाशा, ग्लास आर्मोनिका, पोहण्यासाठी कृत्रिम पंख आणि कृत्रिम हात, पतंगाद्वारे विजेचं परीक्षण, विद्युतविषयक कित्येक प्रयोग इत्यादी बाबी उल्लेखनीय ठरतात. बेंजामिन यांचं वैज्ञानिक संशोधन त्या काळातील लोकांसाठी खरंतर एक आश्चर्यच होतं.

ग्रंथालयांची निर्मिती, पुस्तक वितरण, दररोज सकाळी सर्व परिसर आणि रस्ते साफ करणं या गोष्टी बेंजामिन फ्रँकलिन यांनीच सुरू केल्या. यासोबतच वर्तमानपत्रात व्यंग्यचित्र छापणं, व्यापारविषयक जाहिराती प्रसिद्ध करणं अशा गोष्टीदेखील त्यांनीच सुरू केल्या. शिवाय, 'रासायनिक खतनिर्मितीची प्रक्रिया' त्यांनीच विकसित केली. आज अमेरिकेतील पोस्ट खातं जगभरात वाखाणलं जातं, याचं श्रेयही बेंजामिन फ्रँकलिन यांनाच द्यायला हवं. अनेक लहान प्रभाग एकत्र करून त्यांचं विशाल नगर बनवण्याचं कामही त्यांनीच केलं.

त्यांच्या विचारांतून, त्यांच्या संशोधनांतून जनतेचं जितकं कल्याण झालं, तितकं खचितच आणखी कोणाकडून झालं असेल. चाणाक्षपणा हाच त्यांच्या उन्नतीचा मूलमंत्र होता. पण चाणाक्षपणा म्हणजे स्वतःचा स्वार्थ साधणं नव्हे, तर त्यांनी चाणाक्षपणाचा उपयोग लोकाभिमुख कार्यांसाठी केला. ध्येयनिष्ठा, धार्मिकता, अथक परिश्रम, काटकसर आणि संयम अशा गुणांचा उपयोग त्यांनी सार्वजनिक कार्यासाठी केला. अशा कार्यातून सन्मान, मानसिक आनंद आणि स्वातंत्र्य या गोष्टी आपसूकच प्राप्त होतात.

मनुष्याची अवस्था कशीही असली तरीदेखील तो दृढ संकल्प आणि

नैतिकता या गुणांच्या आधारे समष्टीसाठी महान कार्य करू शकतो, हे बेंजामिन फ्रँकलिन यांनी त्यांच्या कृतीतून सिद्ध केलं. त्यांच्या या वैशिष्ट्यांमुळेच ते अमेरिकेचे संस्थापक पिता बनू शकले, असं म्हणता येईल.

प्रस्तुत पुस्तक त्यांच्या जीवनातील वेगवेगळ्या पैलूंवर प्रकाश टाकतं.

धन्यवाद.

बेंजामिन फ्रँकलिन

प्रस्तावना
एका पुस्तकप्रेमी व्यक्तीची कथा

एक शांत खोली... खूप सारी पुस्तकं... कित्येक लोक, तरीही चहूबाजूला शांतता.... हे वर्णन ऐकून काही आठवलं का? हे तर ग्रंथालयाचं वर्णन आहे. प्रत्येक वाचनप्रिय माणसाला ग्रंथालयाचं आकर्षण असतं. प्रस्तुत पुस्तकात अशाच पुस्तकवेड्याची जीवनगाथा प्रस्तुत केलीय, ज्याचं नाव आहे - 'बेंजामिन फ्रँकलिन!'

बेंजामिन फ्रँकलिन हे केवळ एक पुस्तकप्रेमी नव्हते, तर अमेरिकेची संयुक्त संस्थाने (USA) या राष्ट्राच्या संस्थापकांपैकी एक होते. ते केवळ राजकारणीच नव्हे, तर एक लेखक, व्यंग्यचित्रकार, शास्त्रज्ञ, संशोधक, सैनिक, नेता आणि सामाजिक कार्यकर्तेदेखील होते. शास्त्रज्ञाच्या रूपात त्यांनी वीजवाहक तार, बायोफोकल चश्मा, फ्रँकलिन स्टोव्ह, गाडीचा ओडोमीटर आणि ग्लास आर्मोनिका यांचा शोध लावला.

बेंजामिन फ्रँकलिन यांना अमेरिकी जीवनमूल्यांची आणि नीतिमत्तेची जपणूक करणारा नेता असं संबोधलं जातं. ज्या लोकांनी सदाचाराला महत्त्व

दिलं आणि जीवनविषयक तत्त्वं आचरणात आणण्यासाठी जिवाची बाजी लावली, अशा लोकांच्या यादीत बेंजामिन फ्रँकलिन यांचं नाव अग्रस्थानी येतं. व्यावहारिक जीवनशैली, व्यवसायातील सजगता, लेखन आणि अध्ययन यांमध्ये बालपणापासूनच रुची, अशा त्यांच्या स्वभावातील वैशिष्ट्यपूर्ण बाबी. त्याचबरोबर धार्मिक विचारांप्रति आस्था आणि सतत काही तरी नवीन निर्माण करण्याची इच्छा, या गुणांमुळे त्यांचं व्यक्तिमत्त्व अनोखं बनलं. तसं पाहिलं तर त्यांचं संपूर्ण जीवनच प्रेरणास्त्रोत आहे.

प्रस्तुत पुस्तकात बेंजामिन फ्रँकलिन यांच्या जीवनातील कित्येक प्रेरणादायी घटना उलगडण्याचा प्रयत्न केला आहे. एक सामान्य माणूस साधारण परिस्थितीतदेखील यशाच्या शिखरावर कसा पोहोचू शकतो, ही प्रेरणा आपल्याला त्यांच्या जीवनाचं अवलोकन केल्यानंतर मिळते.

बेंजामिन फ्रँकलिन यांनी वयाच्या केवळ बाराव्या वर्षी प्रिंटिंग व्यवसायात प्रशिक्षणार्थी म्हणून पाऊल टाकलं. या व्यवसायाची सर्व माहिती मिळवून प्रिंटिंगमधील सर्व बारकावे त्यांनी अत्यल्पकाळात आत्मसात केले. यातूनच त्यांची शिकण्याची तळमळ दिसून येते. ज्या वयात मुलं आपलं शालेय आणि महाविद्यालयीन शिक्षण घेत असतात, त्याच वयात बेंजामिन यांनी व्यावसायिक बारकावे आणि कसब जाणून घेतलं. त्यांच्या कुटुंबाची आर्थिक परिस्थिती तितकीशी चांगली नव्हती, त्यामुळे त्यांना घरून शिक्षणाला पाठबळ मिळू शकलं नाही. परिणामी ते केवळ दोन वर्षंच शाळेत जाऊ शकले. परंतु ज्ञानार्जन करण्यासाठी त्यांनी नवनवी पुस्तकं वाचायला सुरुवात केली. त्यांची पुस्तकांची आवड अखेरच्या श्वासापर्यंत तिळमात्रही कमी झाली नाही. ते स्व-अध्ययनाद्वारे कितीतरी भाषा शिकले. ज्याला शिकण्याची तळमळ आहे, ज्याच्यात शिकण्याचा ध्यास आहे, त्याच्यासाठी कोणतीही प्रतिकूल परिस्थिती अडथळा बनू शकत नाही, हाच बोध आपल्याला बेंजामिन फ्रँकलिन यांच्या जीवनातून मिळतो.

प्रिंटिंग प्रेसच्या व्यवसायात आपल्या मोठ्या भावाबरोबर मतभेद आणि वादविवाद वाढू लागल्याने त्यांनी स्वतंत्रपणे व्यवसाय करायचं ठरवलं, त्यासाठी घरदार सोडून, आपल्या कुटुंबापासून आणि शहरापासून कित्येक मैल दूर असलेल्या न्यूयॉर्कला ते रवाना झाले. कोणाचीही ओळख-पाळख नाही, कसलंही पाठबळ नाही, अशा स्थितीत अविश्रांत श्रम आणि जिद्द यांच्या बळावर त्यांनी फिलाडेल्फियासारख्या शहरात स्वतःची प्रिंटिंग प्रेस उभारली. हे सगळं करत असताना त्यांची कित्येकदा फसवणूकदेखील झाली. परंतु परिस्थितीसमोर त्यांनी कधीही गुडघे टेकले नाहीत. त्यांच्याकडे प्रत्येक समस्येवर उपाय असायचाच. संघर्षमय काळातही त्यांनी आपल्या तत्त्वांशी कधीही तडजोड केली नाही, हे त्यांच्या स्वभावातील ठळक वैशिष्ट्य.

बेंजामिन फ्रँकलिन यांच्या जीवनातून आपल्याला जीवनविषयक तत्त्वांची जपणूक करत मार्गक्रमण करण्याची प्रेरणा मिळते. मुबलक पैसा गाठीशी आला की माणूस तत्त्वं विसरतो आणि वाममार्गाला लागतो, अशी कितीतरी उदाहरणं आपण पाहतो. परंतु मनुष्याच्या जीवनात तत्त्वांना किती महत्त्व असतं, हे आपल्याला बेंजामिन फ्रँकलिन यांच्या जीवनप्रवासातून समजतं.

लोकांना पटकन आपलंसं करण्याची हातोटी त्यांच्याकडे होती. आपल्या बोलण्याने ते लोकांचं हृदय जिंकायचे. त्यामुळेच ते नवख्या शहरात जाऊनही आपल्या व्यवसायाचा जम बसवू शकले. इतकंच काय, पण ते लोकांच्या विश्वासाला पात्र ठरले आणि तीच विश्वासार्हता त्यांनी आजीवन जपली.

सतत विकासाच्या पुढच्या टप्प्यावर मार्गक्रमण करणाऱ्या बेंजामिननी त्यांच्यासोबत काम करणाऱ्या कर्मचाऱ्यांच्या विकासाकडेही लक्ष दिलं. आत्मबळाच्या साहाय्याने ते ज्या व्यावसायिक गोष्टी शिकले, त्या त्यांनी त्यांच्या कर्मचाऱ्यांनादेखील शिकवल्या. 'जो मनुष्य दिवसभर काहीच काम

करणार नाही, त्याच्याकडून चुका तरी कशा होतील? मात्र जो नवीन काम करतो, त्याच्याकडून चुकाही घडतात. शिवाय, तो त्या चुकांमधून धडाही शिकतो. रिकामटेकडं राहणं ही सर्वांत मोठी चूक आहे,' असं त्यांचं म्हणणं होतं. नवनव्या गोष्टी शिकण्यासाठी ते लोकांना नेहमी प्रोत्साहित करत, प्रेरणा देत असत.

प्रिंटिंग प्रेसच्या व्यवसायात स्थिरस्थावर झाल्यानंतर त्यांच्या मनात लोककल्याणार्थ काम करण्याचे विचार येऊ लागले. बेंजामिन फ्रँकलिन यांनीच अमेरिकेतील पहिल्या सार्वजनिक ग्रंथालयाची स्थापना केली. यासोबतच त्यांनी सार्वजनिक अग्निशामक विभाग, पोस्ट ऑफिस आणि अन्य काही योजना लोकहितार्थ राबवल्या. बेंजामिन फ्रँकलिन यांनी सदैव सुधारणांना अग्रक्रम दिला. लोकांच्या लहानसहान गरजा ओळखून त्यांनी त्या पूर्ण करण्याचा प्रयत्न केला. अधिकाधिक लोकांना सुविधा मिळावी या दृष्टिकोनातून त्यांनी शाळा, महाविद्यालयं आणि हॉस्पिटल्स उघडली. वास्तविक या सर्व गोष्टी करण्याची त्यांना काहीही आवश्यकता नव्हती, कारण त्यांना त्यांच्या व्यवसायातून भरपूर अर्थप्राप्ती झाली होती. त्यांनी ठरवलं असतं, तर ते आपलं संपूर्ण जीवन कुटुंबासमवेत आरामात व्यतीत करू शकले असते. परंतु, त्यांचं जीवन केवळ त्यांच्या कुटुंबापुरतंच सीमित नव्हतं, त्यांच्यासाठी तर सर्व लोक त्यांच्या कुटुंबातीलच घटक होते. बेंजामिन फ्रँकलिन यांच्या सामाजिक कार्यामुळे, नवनव्या योजनांमुळे, संशोधनांमुळे आणि त्यांच्या क्रांतिकारी विचारांमुळेच आजपर्यंत लोकांच्या जीवनात परिवर्तन घडत आलं आहे.

बेंजामिन यांच्या मनात आपपरभाव किंवा उच्च-नीच असा भेदभाव नव्हता, ते सर्वांना समान लेखत. मग भलेही तो त्यांचा नोकर असो वा एखादा विरोधक, सर्वांशी ते सौजन्याने वागत. बेंजामिन फ्रँकलिन यांच्यातील वैज्ञानिक जिज्ञासा, यशस्वी राजकारण आणि सामाजिक परिवर्तन यांनी जनमानसावर एक वेगळा असा ठसा उमटवला, त्यामुळेच अमेरिकेच्या

इतिहासात त्यांना मानाचं स्थान मिळालं. आजही लोक एक प्रभावशाली नेता, लीडर म्हणून त्यांचं नाव घेतात.

बेंजामिन फ्रँकलिन यांचं अष्टपैलू व्यक्तिमत्त्व शतकानुशतके लोकांना प्रेरणा देत राहिलंय. एका सामान्य कुटुंबात जन्म घेतलेला मुलगा स्व-अध्ययनाच्या जोरावर आपल्यात अनेक गुणांचा विकास करून सदाचाराने जीवन जगण्यासाठी लोकांना प्रेरणा देतो, या सर्व गोष्टी अचंबित करणाऱ्या आहेत. कारण असंख्य सरकारी उच्चपदांवर आरूढ होऊनही त्यांच्यात अहंकाराचा लवलेशही नव्हता. जनसामान्यांच्या हितासाठी समाजसेवा करणं हाच त्यांच्या जीवनाचा मूलमंत्र होता.

बेंजामिन फ्रँकलिन यांच्या बाबतीत असं म्हटलं जातं, की 'बेंजामिन हे अमेरिकेच्या संयुक्त संस्थानांचे असे एकमेव राष्ट्रपती होते, जे कधीही अमेरिकेच्या संयुक्त संस्थानांचे राष्ट्रपती नव्हते.' अर्थात, अमेरिकेचं राष्ट्रपतिपद न भूषवताही त्यांनी असं काही कार्य केलं, जे खरंतर राष्ट्रपतींनी करायचं असतं. देशभरात त्यांचे शेकडो पुतळे उभारले गेले आहेत. इतकंच नव्हे, तर अमेरिकन डॉलरवर, पदकांवर आणि पोस्टाच्या तिकिटांवर आजही त्यांचं छायाचित्र छापलं जातं. अमेरिकेतील कित्येक पुलांना, शाळा-महाविद्यालयांना, हॉस्पिटल्सना आणि संग्रहालयांना बेंजामिन यांचं नाव देण्यात आलं आहे. या सर्व गोष्टी त्यांच्या असामान्य कर्तृत्वाचीच साक्ष देतात. एखाद्याची अशी ख्याती उगाचंच निर्माण होत नाही. आर्थिक संपत्तीपेक्षाही लोकांचे आशीर्वाद आणि त्यांचं सुख यातूनच बेंजामिन यांना अधिक आनंद मिळाला.

बेंजामिन फ्रँकलिन यांनी त्यांच्या जीवनातील बराच कालखंड फिलाडेल्फिया शहरात व्यतीत केला. येथूनच त्यांनी त्यांच्या नव्या जीवनाला सुरुवात केली आणि एक मानाचं स्थान प्राप्त केलं. आपल्या जीवनातील अखेरच्या काळातदेखील त्यांचं वास्तव्य फिलाडेल्फिया शहरातच होतं. शेवटच्या श्वासापर्यंत ते सरकारची सेवा करत राहिले. आजारपण आणि

वृद्धापकाळ या गोष्टीही त्यांच्यासाठी अडथळा बनल्या नाहीत. कोणतंही काम न करण्यासाठी त्यांनी या दोन गोष्टींची सबब कधीही सांगितली नाही. त्यांच्या विचारांद्वारे त्यांनी त्याकाळी एक मोठी क्रांती घडवली होती. एक मनुष्यदेखील एखाद्या देशात क्रांतिकारी परिवर्तन घडवू शकतो, हे वास्तव इथे लक्षात येतं. यासाठीच आपणदेखील अशा माणसांचं चरित्र वाचायला हवं, त्यांचे गुण आपल्या जीवनात अंगीकारण्याचा प्रयत्न करायला हवा. त्यातूनच आपल्या जीवनातदेखील सकारात्मक परिवर्तन घडू शकतं.

प्रस्तुत पुस्तक वाचून सर्वांचं जीवन बेंजामिन फ्रँकलिन यांच्या प्रगल्भ विचारांनी ओतप्रोत भरावं, हीच सदिच्छा...

आईसोबत लहानगा बेंजामिन

१

बेंजामिन फ्रँकलिन यांचं जीवन

युवकांसाठी मार्गदर्शक

एके दिवशी बेंजामिन फ्रँकलिन यांनी आपल्या घरात एक प्रयोग केला. त्यांनी मातीच्या भांड्यात थोडासा गूळ ठेवला आणि ते भांडं आपल्या घरातील एका कोपऱ्यात ठेवलं. थोड्याच वेळात बऱ्याच मुंग्या तिथे येऊन तो गूळ खात आहेत, असं त्यांना दिसलं. सर्व मुंग्या तिथून निघून जाव्यात म्हणून त्यांनी ते भांडं जोरजोरात हलवलं. त्यानंतर त्यांनी ते भांडं एका दोरीच्या साह्याने छताला बांधून लटकवून ठेवलं. मात्र एक मुंगी अजूनही गुळाला चिकटून राहिली होती, ती दोरीच्या साह्याने छतावर गेली आणि भिंतीवरून खाली उतरली. खाली उतरून ती आपल्या घराकडे गेली आणि आपल्यासोबत बऱ्याच मुंग्या घेऊन आली. मग त्या सर्व मुंग्या भिंतीवरून गूळ ठेवलेल्या भांड्यापर्यंत पोहोचल्या आणि त्यातील गूळ घेऊन जाऊ लागल्या. भांड्यातील गूळ संपेपर्यंत त्यांचं हे कार्य सतत सुरू होतं.

मुंग्यांच्या उदाहरणातून बेंजामिन यांनी सर्व युवावर्गाला एक संदेश दिला. मुंग्यांच्या सर्व हालचालींचं त्यांनी बारकाईने निरीक्षण केलं होतं. गुळाचा एक छोटासा कण घेऊन जाण्यासाठी मुंग्या खूप मोठा पल्ला गाठत

होत्या. त्यांचं हे काम पूर्ण निष्ठेने, तत्परतेने, ध्यासाने आणि एकीने सुरू होतं. मुंग्यांप्रमाणेच युवक-युवतींनीदेखील आपलं सर्व लक्ष आपल्या उद्दिष्टावर केंद्रित करून एकमेकांसोबत मिळून-मिसळून कार्य करायला हवं, असा संदेश त्यांनी दिला.

बेंजामिन फ्रँकलिन हे नावच एक प्रेरणास्रोत आहे. आजच्या आधुनिक युगात युवकांना मार्गदर्शन प्राप्त करण्यासाठी कितीतरी मार्ग उपलब्ध आहेत. शालेय शिक्षण पूर्ण होताच भविष्यात जे काही करायची इच्छा आहे, त्या विषयावर मार्गदर्शन मिळण्यासाठी ठिकठिकाणी व्याख्यानमाला आयोजित केल्या जातात. परंतु थोडा विचार करून पाहा, की एका सामान्य कुटुंबात जन्मलेलं एक मूल स्वयंप्रेरणेने कार्य करून पुढे अमेरिकेसारख्या बलाढ्य देशाच्या संस्थापकांपैकी एक विशेष व्यक्ती म्हणून गणलं जातं, यातच त्यांची महानता दिसून येते.

तुम्ही विचार करत असाल, की आजच्या युगात मार्गदर्शनाशिवाय असं उच्च कोटीचं यश प्राप्त करणं कसं शक्य आहे? परंतु बेंजामिन यांनी अशक्य वाटणारी प्रत्येक गोष्ट शक्य करून दाखवली. शाळा-कॉलेजमधील कोणत्याही उच्चशिक्षणाशिवाय बेंजामिन यांनी यशाचं उत्तुंग शिखर गाठलं. शालेय शिक्षण न मिळाल्याने त्यांच्या जीवनात कोणताही अडथळा निर्माण झाला नाही. आपल्या कुटुंबाच्या आर्थिकस्थितीमुळे ते केवळ दोन वर्षंच शाळेत जाऊ शकले, हे आपण मागे जाणलंच आहे. आता बघा, दोन शालेय वर्षं म्हणजे ज्यूनिअर के.जी. किंवा फार तर इयत्ता दुसरीपर्यंतचं त्यांचं शिक्षण झालं असावं, असं आपण म्हणू शकतो. इतकं कमी शिक्षण होऊनदेखील ते पुढे प्राध्यापक बनले आणि त्यांनी विद्यार्थ्यांना शिकवलं. इतकंच नव्हे, तर त्यांनी 'डॉक्टरेट'देखील मिळवली.

यशाच्या शिखरावर विराजमान होण्यासाठी उच्चशिक्षण घेण्याची आवश्यकता नसते, हेच यावरून समजून येतं. सतत शिकत राहण्याचा

गुण त्यांच्यात असल्याने लॅटिनसारख्या अन्य भाषांवरही त्यांनी प्रभुत्व मिळवलं. त्यासाठी त्यांनी कोणताही कोर्स केला नाही. आज कोणतीही भाषा शिकण्यासाठी कितीतरी प्रकारचं प्रशिक्षण उपलब्ध आहे. तुमच्यात शिकण्याची जिद्द असेल तर तुम्ही जीवनात आलेला प्रत्येक अडथळा पार करत आकाशाला गवसणी घालू शकता, हाच बोध आपल्याला बेंजामिन फ्रँकलिन यांच्या जीवनातून लाभतो. बेंजामिन फ्रँकलिन यांच्यासाठी कोणतंही काम लहान अथवा मोठं, श्रेष्ठ अथवा कनिष्ठ नव्हतं. नवनव्या गोष्टी शिकण्याचं त्यांना वेडच होतं, असं म्हटलं तरी ते वावगं ठरणार नाही. त्यांनी प्रिंटिंग प्रेसमध्ये कर्मचारी म्हणूनही काम केलं आणि विज्ञानाचं औपचारिक शिक्षण नसतानाही मोठमोठे शोध लावले. प्रत्येक युवकाने बेंजामिन फ्रँकलिन यांच्या गुणांचं अनुसरण करून स्वतःचं जीवन घडवायला हवं. परंतु आज युवक केवळ पैसा कमावण्याच्या हव्यासापायी, सुखसुविधायुक्त जीवन जगण्यासाठी कित्येक वेळा चुकीची पावलं उचलतो आणि चुकीच्या संगतीत अडकतो, हे दृश्य समाजात सर्वत्र पाहायला मिळतं. पैशाने आजपर्यंत कुणालाही आनंद मिळाला नाही आणि पुढेदेखील मिळणार नाही, असं बेंजामिन फ्रँकलिन यांचं मत होतं. एखाद्या व्यक्तीकडे जितका पैसा आहे, त्यापेक्षा तिला अधिक पैसा हवा असतो. खरंतर पैसा उणीव भरून काढण्याऐवजी पोकळी निर्माण करतो. यासाठी मनुष्याने कधीही केवळ पैसा मिळवणं हेच आपल्या जीवनाचं लक्ष्य बनवू नये.

आजचा युवक ज्या वयात आपलं महाविद्यालयीन शिक्षण घेत असतो, त्याच वयात म्हणजे अवघ्या १७व्या वर्षी बेंजामिन आपलं कुटुंब सोडून न्यूयॉर्कसारख्या मोठ्या शहरात गेले. आजदेखील कित्येक युवक करिअर करण्यासाठी आपल्या गावापासून दूरच्या शहरात जातात. काही युवक पैसा मिळवून श्रीमंत बनतात, तर काहींना डोळे दिपवून टाकणाऱ्या मायानगरीची भुरळ पडते. मग त्यांना स्वतःच्या उद्दिष्टांचा विसर पडतो. बेंजामिनदेखील मोठ्या शहरात आले; परंतु ते त्यांचं लक्ष्य विसरले

नाहीत. त्यांना स्वतःची प्रिंटिंग प्रेस टाकायची होती. आपल्याला आलेल्या अनुभवातून धडे घेऊन ते सतत पुढे वाटचाल करत राहिले.

त्यांचा हा प्रवास सहज, सुलभ कधीही नव्हता. त्यांना या जीवनप्रवासात कितीतरी नकारात्मक अनुभव आले, परंतु तरीदेखील हताश होऊन ते आपल्या उद्दिष्टांपासून तीळमात्र ढळले नाहीत. बेंजामिन यांच्याप्रमाणेच प्रत्येक युवकाने अपयशातून बोध घेऊन पुढील मार्गक्रमण करायला हवं, त्यांनी पराभवापुढे हार मानता कामा नये. आजच्या युगात मनोरंजनाची मुबलक साधनं आहेत, त्यांच्या आहारी जाऊन युवक आपल्या लक्ष्यांपासून दूर जाऊन भरकटू शकतात. मात्र, जीवनात कितीही कठीण परिस्थिती आली, तरी प्रत्येक युवकास त्या परिस्थितीला धैर्याने तोंड देता आलं पाहिजे. 'स्वतःला मदत करणाऱ्याला ईश्वरही मदत करतो,' असं बेंजामिन मानत असत.

खरंतर प्रत्येक मूल हे मुळात पवित्रच असतं. परंतु अयोग्य संगोपन, चुकीची संगत आणि वाईट सवयी यांमुळे त्याच्यातील पावित्र्य नष्ट होतं, हे लक्षात घेऊन युवा पिढीने चुकीच्या गोष्टींबद्दल सजगता बाळगायला हवी. यासाठी सर्वांत पहिलं आणि महत्त्वपूर्ण काम म्हणजे त्यांनी स्वतःला बदललं पाहिजे. आजची युवापिढी चित्रपटातील कथानक पाहून व्यसनासक्त बनून आरामदायी जीवन जगू लागली आहे. पण त्यांनी महापुरुषांचं अनुकरण करायला हवं. आज युवक योग्य काय आणि अयोग्य काय याचं तारतम्य न बाळगता नवनवीन फॅशनचं अंधानुकरण करत आहेत. मोबाइलवर एस.एम. एस. पाठवण्यात आणि कॉम्प्युटर चॅटिंग करण्यात युवक आपला बहुमोल वेळ वाया घालवत आहेत. वास्तवात तोच वेळ त्यांनी योग्य कामात घालवला, तर वेळही सत्कारणी लागेल आणि त्यांच्या जीवनाचं सार्थकही होईल. आज युवक इतरांची नक्कल करून अयोग्य मार्गाला जात आहेत.

खरंतर महापुरुषांची जीवनचरित्रं वाचूनच युवा पिढीत जागृती निर्माण

होऊ शकेल. यासाठी युवकांना वाचनाची सवय असणं आवश्यक आहे. मात्र आज मुलं क्रमिक पाट्यपुस्तकं वाचूनच कंटाळून जातात, तर मग ती अवांतर वाचन कसं करू शकतील? युवकांमध्ये वाचनाची आवड निर्माण होण्यासाठी त्यांच्यात पुस्तकांविषयी प्रेम निर्माण व्हायला हवं. बेंजामिन फ्रँकलिन पुस्तक-प्रेमी होते. त्यांनी शालेय पुस्तकं जरी वाचली नाहीत, तरी वेगवेगळ्या लेखकांची पुस्तकं वाचून त्यातून ज्ञान प्राप्त केलं. पुढे प्राध्यापक बनल्यानंतर हेच ज्ञान त्यांनी विद्यार्थ्यांना दिलं. यातून धडा घेऊन युवकांनी आपल्या फावल्या वेळेचा उपयोग पुस्तकं वाचण्यासाठी करायला हवा, त्यासाठी त्यांनी एखादं पुस्तक तरी नेहमी स्वतःजवळ ठेवायला हवं.

बेंजामिन फ्रँकलिन यांच्याकडे लोकांना पटकन आपलंसं करण्याची कला होती. ते लोकांमध्ये मिळून-मिसळून राहत होते. त्यांच्या वाणीत कमालीचं माधुर्य होतं, त्यामुळे आपल्या बोलण्याने ते विरोधकालादेखील आपला मित्र बनवत. ते नेहमी लोककल्याणाचाच विचार करत, लोकांना मदत करण्यासाठी ते सदैव तत्पर असत. आजच्या युवा पिढीत चर्चेचे विषय कोणते असतात याचा मागोवा घेतल्यास, एक तर चौकात उभं राहून ते याच्या-त्याच्याविषयी बोलत राहतात किंवा एकमेकांची टिंगल-टवाळी करत राहतात, असं दिसून येतं. असे युवक जीवनात प्रगती कशी करू शकतील? प्रत्येक युवकाने आपल्यातील गुणांचा विकास केला, तर निश्चितच तो चांगलं जीवन जगू शकेल. बेंजामिन यांनी युवावस्थेत आपलं चारित्र्य घडवण्यावर विशेष भर दिला.

चारित्र्य हे पेटत्या मशालीसारखं असतं. त्या पावन प्रकाशात अनेकांना प्रेरणा मिळते. एखादी इमारत किती बळकट आहे, हे त्या इमारतीचा पाया किती भक्कम आहे, यावरून ठरवलं जातं. त्याचप्रमाणे एखादा मनुष्य कसा आहे, हे त्याच्या चारित्र्यावरून ओळखलं जातं आणि त्यानुसारच त्याची प्रशंसा होते. आपल्या चारित्र्याची जडणघडण करण्यासाठी बेंजामिन यांनी १३ गुण विकसित करण्याचा संकल्प केला होता. प्रत्येक आठवड्याला

एका गुणावर ते जोमाने कार्य करत. अशा प्रकारे प्रदीर्घ आणि धैर्यपूर्ण प्रयत्नांनी बेंजामिन आपल्या चारित्र्याचा पाया कणखर बनवू शकले.

बेंजामिन फ्रँकलिन स्वयंप्रेरणेने आयुष्यभर कार्यरत राहिले आणि कालमानानुसार स्वतःमध्ये योग्य ते बदल करत गेले. त्यांच्या जीवनातून प्रेरणा घेऊन आजच्या युवा पिढीनेही आपल्या जीवनात सुधारणा करायला हवी. बेंजामिन यांचं चरित्र वाचून आजच्या युवा पिढीतही जागृती निर्माण होईल, असा विश्वास वाटतो.

बेंजामिन फ्रँकलिन आणि त्यांचा परिवार

खंड १
बेंजामिन यांचं बालपण

२

बेंजामिन यांचं कुटुंब

बेंजामिन फ्रँकलिन हे जगाच्या इतिहासातील एक बहुचर्चित नाव आहे. त्यामुळे अमेरिकन मूल्यं आणि चारित्र्य यांच्या आधारे त्यांना एक कुशल निर्माता म्हणून ओळखलं जातं. त्यांनी लोकशाहीतील अनैतिक गोष्टी बंद करण्यासाठी, बचत करण्याच्या व्यावहारिक पद्धती अवलंबण्यासाठी, शैक्षणिक कार्यासाठी, सामुदायिक कार्यासाठी, स्वशासित संस्थांसाठी आपलं अमूल्य योगदान दिलं. त्याचबरोबर अयोग्य राजकारण आणि धार्मिक स्वार्थ या गोष्टींच्या विरुद्धही ते निकराने लढले. त्यांनी लिहिलेल्या आत्मचरित्रावरूनच या गोष्टी स्पष्ट होतात. बेंजामिन यांच्या जीवनातील असंख्य घटनाच ते साधारण पुरुष नव्हते, याची साक्ष देतात. म्हणूनच एखादा मनुष्य प्रयत्नसातत्य आणि अविश्रांत परिश्रम यांच्या बळावर यश प्राप्त करू शकतो, याची खात्री पटते.

बेंजामिन फ्रँकलिन यांच्या वडिलांचं नाव जोसाया फ्रँकलिन होतं. जोसाया यांचा जन्म २३ डिसेंबर १६५७मध्ये इंग्लंडमधील नॉर्थहॅम्पटनशायर शहरातील ॲक्टॉन गावात झाला. जोसाया यांच्या पित्याचं नाव थॉमस

फ्रँकलिन असून, जेन व्हाइट हे त्यांच्या आईचं नाव होतं. ते एक लोहार आणि शेतकरी होते. जोसाया हे त्यांच्या आई-वडिलांचं नववं आणि सर्वांत धाकटं अपत्य होतं. ते प्रत्येक काम निष्ठेने करत असत. ज्या लोकांमध्ये जीवनात काहीतरी करून दाखवण्याची धमक असते अशांपैकी ते एक होते. त्या वेळी इंग्लंडवर द्वितीय चार्ल्स (Charles-II) याचं आधिपत्य होतं.

काही राजकीय आणि धार्मिक उलथापालथीमुळे जोसाया यांना इ.स. १६८२मध्ये अमेरिकन वसाहतीत दाखल होऊन तिथेच स्थायिक व्हावं लागलं. तिथे ते कपडे रंगवण्याचं काम करत असत. आपल्या कामातून थोडा वेळ मिळताच ते चित्रकला, संगीत आणि हस्तकला या त्यांच्या सर्वाधिक आवडत्या छंदांत गढून जायचे. बौद्धिक विषयांवरील आणि जीवनातील जटिल पैलूंवरील त्यांचा दृष्टिकोन वाखाणण्यासारखा होता. वेगवेगळ्या कामांत उपयोगी पडणारी उपकरणं हाताळून त्यांची कार्यपद्धती जाणण्याचा प्रयत्न ते नेहमी करत असत. ते जिज्ञासू असल्याने सतत काही ना काही करत राहण्याचा ध्यास त्यांच्यात होता.

जोसेफ यांनी दोन विवाह केले होते. त्यांचा पहिला विवाह वयाच्या एकविसाव्या वर्षी इ.स. १६७७मध्ये ॲन चाइल्ड (Anne Child) नावाच्या महिलेशी झाला. ॲन यांचा जन्म इ.स. १६५५मध्ये इंग्लंडमधील नॉर्थहॅम्प्टनशायर शहरात झाला होता. विवाहानंतर दोन वर्षांतच त्यांनी तीन अपत्यांना जन्म दिला. त्यानंतर जोसाया आपल्या कुटुंबासह बोस्टन शहरात स्थायिक झाले. तिथे त्यांचं कपडे रंगवण्याचं काम चालेनासं झालं, त्यामुळे त्यांनी साबण आणि मेणबत्ती तयार करण्याचं काम सुरू केलं. त्यातून अल्पावधीतच त्यांना चांगला पैसा मिळू लागला. त्याचबरोबर त्यांच्या कुटुंबातील सदस्यांची संख्याही वाढत गेली. त्यांच्या घरी चार नवीन अपत्यं जन्माला आली. आता जोसाया आणि ॲन यांची एकूण सात अपत्यं झाली होती. त्यांची नावे अनुक्रमे पुढीलप्रमाणे होती - एलिझाबेथ (मुलगी), सॅम्युएल (मुलगा), हॅना (मुलगी), जोसाया (ज्यु.) (मुलगा), ॲन

(मुलगी), जोसेफ (मुलगा) आणि जोसेफ (द्वि.) (मुलगा). त्यांचा साबण आणि मेणबत्तीचा व्यवसायही आता चांगला चालला होता. नेमका याच दरम्यान त्यांच्या कुटुंबावर मोठा आघात झाला. सात लहान मुलाबाळांच्या आईने अचानक या जगाचा निरोप घेतला. मृत्युसमयी त्यांचं वय केवळ ३५ वर्षं होतं आणि त्यांच्या सर्वांत मोठ्या अपत्याचं वय ११ वर्षं होतं. आता मुलांचं संगोपन आणि कुटुंबाची देखभाल करण्यासाठी जोसाया यांना एका नव्या सहचारिणीची आवश्यकता होती. त्यामुळे त्यांनी दुसरा विवाह करण्याचा निर्णय घेतला.

जोसाया यांनी दुसऱ्या विवाहासाठी अबाया नावाच्या महिलेची निवड केली. त्यावेळी अबाया बावीस वर्षांच्या होत्या. त्यांचा जन्म १५ ऑगस्ट १६६७ या दिवशी मॅसॅच्युसेट्सच्या नॅनटकेट नावाच्या द्वीपावर झाला होता. जोसाया यांच्या पहिल्या पत्नीच्या संततीबद्दल अबाया यांना कोणताही आक्षेप नव्हता. जोसाया यांच्या वैशिष्ट्यपूर्ण व्यक्तिमत्त्वामुळे त्या प्रभावित झाल्या आणि त्यांनी विवाहाला संमती दिली. अबाया यांच्या वडिलांचं नाव पीटर फल्जर (Peter Foulger) आणि आईचं नाव मेरी मॉरिल फल्जर (Mary Morrill Foulger) होतं. इंग्लंडमधून येऊन स्थायिक झालेल्या लोकांसाठी त्यांचे वडील म्हणजे एक आदर्श व्यक्तिमत्त्व होतं. ते शाळेत शिक्षक होते. त्यांना कित्येक भाषा अवगत होत्या. लोक त्यांच्याकडे वेगवेगळ्या विषयांवर सल्लामसलत करण्यासाठी येत असत. ते लोकांना सजग करण्यासाठी निरनिराळ्या सामाजिक विषयांवर लेखही लिहीत असत. त्या लेखांतून जनजागृती होत असे. सांगण्याचं तात्पर्य, अबाया एक उच्चकुलीन मुलगी होती. इ.स. १६८९च्या नोव्हेंबर महिन्यात जोसाया आणि अबाया यांचा विवाह संपन्न झाला.

जोसाया यांच्याशी विवाह झाल्यानंतर अबाया यांनी दहा अपत्यांना जन्म दिला. या सर्वांचा जन्म बोस्टनमध्येच झाला होता. त्यांची नावं अनुक्रमे पुढीलप्रमाणे होती - जॉन (मुलगा), पीटर (मुलगा), मेरी (मुलगी), जेम्स

(मुलगा), सरा (मुलगी), एबेनीझर (मुलगा), थॉमस (मुलगा), बेंजामिन (मुलगा), लिडिया (मुलगी) आणि जेन (मुलगी). बेंजामिन त्यांचं आठवं अपत्य होतं. बेंजामिन यांचा जन्म रविवार, दिनांक १७ जानेवारी १७०६ या दिवशी झाला. त्यांच्या जन्मानंतर त्यांना लगेचच चर्चमध्ये नेण्यात आलं आणि तिथेच त्यांना दीक्षा दिली गेली. त्यांच्या काकांच्या सांगण्यावरून त्यांचं 'बेंजामिन' असं नामकरण झालं.

आता जोसाया आणि अबाया यांच्या कुटुंबात एकूण १५ मुलं-मुली आनंदाने राहत होते. छोटंसं घर असूनही त्यांचं कुटुंब प्रेम आणि जिव्हाळा यांचं अनोखं उदाहरण होतं. सर्व भाऊ-बहिणी मिळूनमिसळून राहत आणि आई-वडिलांना त्यांच्या कामात मदतही करत असत. बेंजामिन यांच्या जन्मानंतर काही दिवसांनी जोसाया यांनी घर बदललं आणि पहिल्या घरापेक्षा मोठ्या आणि अधिक चांगल्या घरात ते राहू लागले. बेंजामिन फ्रँकलिन यांचं बालपण याच घरात व्यतीत झालं.

३

बालपण आणि शिक्षण

बेंजामिन केवळ सात वर्षांचे होते, त्यावेळची ही घटना. सणाचा दिवस असल्याने घरात बरेच पाहुणे आले होते. त्या पाहुण्यांकडून बेंजामिन यांना काही पैसे मिळाले होते. पैसे मिळताच ते खेळण्याच्या दुकानात गेले आणि तेथील खेळणी विकत घेण्याचा विचार करू लागले. तितक्यात त्यांची नजर एका शिटीवर गेली. दुकानदाराने ती शिटी वाजवून दाखवली, तेव्हा त्यांना ती खूपच आवडली. बेंजामिन यांनी त्यांच्याकडील सर्व पैसे दुकानदाराला दिले आणि ती शिटी खरेदी केली. घरी आल्यानंतर ते शिटी वाजवत आनंदात इकडे-तिकडे बागडू लागले. त्यांनी आपल्या भावाबहिणींना त्या शिटीची किंमत सांगितली. ती अवाढव्य किंमत ऐकून सर्वजण त्यांना म्हणाले, ‘‘अरे! त्या दुकानदाराने तर तुझी फसवणूक केली. दुकानदाराने तुझ्याकडून खूपच जास्त पैसे घेतले. इतक्या पैशात तर तू कितीतरी चांगली खेळणी घेऊ शकला असतास,’’ असं म्हणून ती सर्व मुलं हसू लागली आणि त्याला मूर्ख म्हणून चिडवू लागली. पण आता वेळ निघून गेली होती, ते काहीच करू शकत नव्हते. त्यांना शिटी मिळाल्याच्या आनंदापेक्षा शिटीची जास्त किंमत

दिल्याचं दुःख अधिक झालं. बालपणी घडलेल्या या घटनेनंतर कोणतीही वस्तू खरेदी करण्यापूर्वी तिची किंमत बाजारात व्यवस्थित पडताळून मगच ती खरेदी करायची, असा नियमच बेंजामिन यांनी बनवला.

जोसाया आणि अबाया यांची मुलं जसजशी मोठी होऊ लागली, तसतसं त्यांना वेगवेगळ्या कामांचं प्रशिक्षण देण्यात येऊ लागलं. बेंजामिन यांच्या भावांना व्यावसायिक प्रशिक्षणासाठी निरनिराळ्या संस्थांमध्ये पाठवलं गेलं. बेंजामिन आठ वर्षांचे झाले तेव्हा त्यांना ग्रामर स्कूलमध्ये (Grammar School) दाखल करण्यात आलं. त्यांची अभ्यासातील प्रगती आणि आवड पाहून त्यांना वर्ष पूर्ण होण्यापूर्वीच पुढच्या इयत्तेत टाकण्यात आलं. परंतु अशा प्रकारच्या महागड्या शाळा-महाविद्यालयाचा खर्च पुढे परवडणार नाही, हे जोसाया यांच्या लक्षात आलं, त्यामुळे त्यांनी बेंजामिन यांची शाळा बदलली आणि त्यांना 'स्कूल फॉर रायटिंग अँड अरिथमेटिक्समध्ये (School for Writing & Arithmetics) दाखल केलं. या शाळेत त्यांचं लेखनकौशल्य चांगल्या प्रकारे विकसित झालं. परंतु अंकगणितात रुची नसल्याने ते त्या विषयात खूपच मागे राहिले. बेंजामिन दहा वर्षांचे असताना त्यांच्या वडिलांनी त्यांना शाळेतून काढलं आणि स्वतःच्या कामात मदतीला घेतलं. ते त्यांची छोटीमोठी कामं करू लागले. सुट्टीच्या दिवशी ते आपल्या भावंडांसोबत चर्चमध्ये जात आणि तिथे जाऊन पादरींचा उपदेश लक्षपूर्वक ऐकत. जोसाया कट्टर धार्मिक असले तरी त्यांनी कधीही आपल्या मुलाबाळांमध्ये धार्मिक कट्टरता रुजवली नाही.

बेंजामिनना पाद्री बनवण्याची त्यांच्या वडिलांची इच्छा होती. त्यांच्या काकांचंदेखील हेच मत होतं. त्यांचं प्राथमिक शिक्षण घरीच पूर्ण झालं होतं. त्यांच्या काकांना कविता लिहिण्याचा आणि पुस्तकं वाचण्याचा छंद होता. त्यांच्या सान्निध्यामुळे बेंजामिन यांच्यातदेखील हळूहळू पुस्तक वाचनाची आवड निर्माण झाली होती. त्यांना सर्वप्रथम बनियान (Banyan) यांनी लिहिलेलं 'पिल्ग्रिम्स प्रोग्रेस' (Pilgrims Progress)

हे पुस्तक वाचायला मिळालं. बेंजामिन यांनी ते पुस्तक अतिशय उत्कंठेनं वाचलं. इतकंच नव्हे, तर त्यानंतर त्यांनी बनियान यांचे अनेक ग्रंथ वाचले आणि त्यांतील ज्ञानवर्धक गोष्टींचं अनुसरण केलं. त्यांना जेव्हा खर्चासाठी पैसे मिळत, तेव्हा ते नेहमी पुस्तकंच खरेदी करत असत. त्यांनी बालपणी जे काही व्यावहारिक ज्ञान प्राप्त केलं, त्यामध्ये त्यांच्या काकांचा सिंहाचा वाटा होता.

जेवणाच्या वेळेचा सदुपयोग

जोसाया आणि अबाया यांचं कुटुंब एकत्र बसून भोजन करत असे. जेवताना मुलांचं मनोरंजन व्हावं यासाठी ते त्यांना कधी ज्ञानवर्धक गोष्टी सांगत, तर कधी हास्यविनोद चाले. काही वेळा भोजनातील पदार्थांबद्दल सर्व माहिती अबाया आपल्या पाल्यांना देत असे. उदाहरणार्थ- ते पदार्थ कसे बनवले, त्यात कोणती सामग्री वापरली वगैरे. परंतु बेंजामिन यांना अशा गोष्टी जाणण्यात अजिबात रुची नव्हती, त्यामुळे ते त्याकडे फारसं लक्ष देत नसत. शिवाय, जेवण झाल्यानंतर काही वेळातच ते आज कोणते पदार्थ खाल्ले हेही विसरून जात. याच गोष्टीचा पुढे त्यांना असा फायदा झाला, की कामासाठी बाहेर कुठेही गेल्यावर त्यांना जेवणाची कधी अडचणच जाणवत नसे. मात्र, त्यांच्या अन्य सहकाऱ्यांना याबाबतीत खूप अडचणी येत असत. त्यांच्या सहकाऱ्यांना आवडीचं भोजन मिळालं नाही, तर ते अत्यंत निराश होत; परंतु बेंजामिन यांना खाण्यापिण्याबाबत कोणतीही अडचण येत नसे, वा त्याबद्दल त्यांची काही तक्रारही नसे.

जलतरणपटू बेंजामिन

बेंजामिन यांना तलावात पोहण्याची आणि सागरी प्रवासाची खूपच आवड होती. ते नेहमी लहान होडीत बसून आपल्या मित्रांसोबत फेरफटका मारायला जात असत. त्यांनी पोहण्याच्या कलेत प्रावीण्य प्राप्त केलं होतं. ते नेहमी वेगवेगळ्या पद्धतींनी पोहायचे आणि त्या पद्धती आपल्या मित्रांनाही

शिकवायचे. एकदा ते एका तलावाच्या किनाऱ्यावर उभं राहून पतंग उडवत होते. पतंग जेव्हा अतिशय उंच गेला, तेव्हा त्यांनी पतंगाचा दोर किनाऱ्यावरील एका झाडाला बांधला आणि स्वतः तलावात पोहण्यासाठी उडी मारली. थोड्या वेळानंतर जेव्हा ते तलावातून बाहेर आले, तेव्हा त्यांनी पतंगाचा दोर हातात पकडला आणि ते पाण्यात उडी मारून दोर धरून पोहू लागले. अशा पद्धतीने पाण्यात पोहण्याचं एक तंत्र त्यांना गवसलं होतं. ते बराच काळ पतंगाचा दोर पकडून पाण्यात पोहत राहिले. अशा पद्धतीने पोहताना त्यांना कोणतीही ताकद लावावी लागली नाही किंवा पाण्यात हातपायही हलवावे लागले नाहीत. वास्तविक त्यांनी त्यानंतरच्या काळात कधीही अशा प्रकारे पोहण्याचा प्रयोग केला नसला तरी त्यांचं असं म्हणणं होतं, की अशा प्रकारे निर्धोक पोहता येऊ शकतं, हे त्यांनी जगाला दाखवून दिलं होतं.

इतरांना मदत

बोस्टनमधील त्यांच्या घराजवळच एक तलाव होता. बेंजामिन नेहमी आपल्या मित्रांसमवेत मासे पकडण्यासाठी त्या तलावावर जात असत. मासे पकडण्याव्यतिरिक्त ते तलावात अंघोळ करत आणि मित्रांसोबत दंगामस्तीदेखील करत असत. त्यामुळे तलावाच्या किनाऱ्यावर खूपच चिखल झाला होता. तो चिखल पाहून तलावाच्या कडेला काही दगड टाकून घाट तयार करण्याचा त्यांनी विचार केला. जवळच एका घराचं काम सुरू होतं, तिथे बरेच दगड पडलेले होते. मग काय, मजूर घराचं काम संपवून तेथून जाताच बेंजामिन आणि त्यांच्या मित्रांनी तेथील बरेचसे दगड उचलून किनाऱ्यावर जमा केले. मग तिथे एक घाट तयार केला. दुसऱ्या दिवशी मजूर बांधकामासाठी आल्यानंतर तेथील बरेचसे दगड गायब झाल्याचं त्यांच्या लक्षात आलं. बेंजामिन आणि त्यांच्या मित्रांनी ते दगड पळवल्याचं जेव्हा त्यांना समजलं, तेव्हा ते मजूर तक्रार करण्यासाठी बेंजामिनच्या वडिलांना भेटले. बेंजामिन यांच्याकडे याबद्दल विचारणा केली असता ते म्हणाले,

"इतरांना चिखलाचा त्रास होऊ नये, कुणालाही दलदलीतून जावं लागू नये, यासाठी आम्ही ते दगड घेऊन तलावाच्या कडेला टाकले.'' त्यावर त्यांच्या वडिलांनी त्यांना समजावलं, ''बेटा, तू इतरांच्या मदतीसाठी तेथून दगड उचलून तलावाच्या कडेला टाकलेस, ही खूपच चांगली कामगिरी आहे. परंतु त्यामुळे ज्या इसमाच्या घराचं बांधकाम सुरू आहे, त्यांचं किती नुकसान झालं ना! कोणत्याही कामात प्रामाणिकपणा नसेल, तर ते चांगलं समजलं जात नाही.''

पुढे पित्याची ही शिकवण त्यांच्या सदैव लक्षात राहिली. या शिकवणीच्या आधारेच ते पुढे अमेरिकेसारख्या बलाढ्य देशातील महान प्रतिभाशाली व्यक्तिमत्त्व म्हणून उदयाला आले.

किशोरवयीन बेंजामिन फ्रॅंकलिन

खंड २
प्रिंटिंग प्रेस आणि बेंजामिन

आई-वडीलांसोबत बेंजामिन फ्रँकलिन

४

प्रिंटिंग प्रेसपासून कार्याची सुरुवात

बेंजामिन फ्रँकलिन सतत दोन वर्षं वडिलांना त्यांच्या कामात मदत करत असतानाच आपला बराचसा वेळ पुस्तकं वाचण्यात व्यतीत करू लागले. त्यांचा स्वतःचा पुस्तक-संग्रह वाढू लागला होता. त्यात वडील आणि काका यांच्याकडूनदेखील पुस्तकं मिळू लागली होती. काही कालावधीनंतर त्यांनी 'प्लुटार्क यांचं जीवनचरित्र' (Biography of Plutarc) आणि 'एसे ऑन प्रोजेक्ट्स' (Essay on Projects) ही पुस्तकं वाचली.

जॉन आणि जेम्स कुटुंबापासून विभक्त झाले

यादरम्यान त्यांचे मोठे बंधू जॉन यांचा विवाह झाला. विवाहानंतर ते आपल्या पत्नीसह अन्य ठिकाणी राहायला गेले. त्यापूर्वी जॉनदेखील वडिलांना त्यांच्या कामात मदत करत होते. परंतु ते घरातून गेल्यामुळे जोसाया एकाकी पडले. इकडे बेंजामिन यांना वडिलांच्या कामात मदत करण्यात जराही आनंद मिळत नव्हता. शिवाय, त्यांना त्यांच्या आवडीचं कामही कुठे मिळत नव्हतं. बेंजामिनसाठी काम शोधण्यास जोसाया कित्येक लोकांकडे त्यांना घेऊन जात.

त्याच कालावधीत बेंजामिन यांचा चुलत भाऊ सॅम्युअल हा लंडनमधून शस्त्रं तयार करण्याचं काम शिकून परतला होता. बेंजामिन यांनीदेखील हे काम शिकावं असा विचार जोसाया यांनी केला. शस्त्रं बनवण्याचं काम शिकण्यासाठी त्यांच्या वडिलांनी बेंजामिनना सॅम्युअल यांच्याकडे पाठवलं. परंतु काम शिकवण्याचा मोबदला म्हणून जोसाया यांनी काही पैसे द्यावेत, अशी सॅम्युअल यांची अपेक्षा होती. जोसाया यांना या गोष्टीची कुणकुण लागताच त्यांनी बेंजामिन यांना परत बोलावून घेतलं.

काही दिवसांतच बेंजामिन यांचा दुसरा भाऊ जेम्स हादेखील घर सोडून इंग्लंडला गेला. त्यालादेखील पित्याचं काम आवडत नसे, त्यामुळे वेगळं काही तरी करण्याची त्याची इच्छा होती. तो इंग्लंडमध्ये गेल्यानंतर एका प्रिंटिंग प्रेसच्या मालकाला भेटला आणि त्याने त्यांच्याकडे काम शिकण्याची इच्छा व्यक्त केली. प्रेसच्या मालकाने याला होकार दिला. जेम्सने अल्पावधीतच प्रेसशी संबंधित सर्व कामं शिकून घेऊन त्यांत प्रावीण्यही मिळवलं. इ.स. १७१७ मध्ये जेम्स बोस्टनला परत आला. परत येताना त्याने एक प्रिंटिंग मशिन आणि त्याला लागणाऱ्या टाइपचा संचही सोबत आणला. तिथे येताच त्याने प्रिंटिंग प्रेसचा व्यवसाय सुरू केला.

त्याकाळी प्रिंटिंग प्रेसमध्ये काम करणारांना समाजात प्रतिष्ठा मिळत होती. त्यांची गणना विद्वान आणि सुशिक्षित लोकांमध्ये करण्यात येत असे. हळूहळू हे काम विस्तारत गेलं आणि त्याची गणना सामान्य कामात होऊ लागली. सुरुवातीच्या काळात धार्मिक पुस्तकांचं प्रकाशन अधिक प्रमाणात केलं जात होतं. परंतु काळाच्या ओघात या कामाची व्याप्ती इतकी वाढली, की एखाद्या लहानशा जाहिरातीसाठीही प्रिंटिंग प्रेसची गरज भासू लागली होती.

बेंजामिन यांच्याकरिता काम शोधून जोसाया अक्षरशः वैतागले होते. एखाद्या कामात बेंजामिन यांनी कौशल्य प्राप्त करावं, अशी जोसाया यांची

इच्छा होती. त्यासाठी ते लहानसहान कारखान्यांमध्ये जाऊन बेंजामिनच्या कामासंबंधी बोलत. परंतु बेंजामिन यांना कोणतंही काम आवडत नसे. शेवटी त्यांनी बेंजामिन यांना त्यांच्या मोठ्या भावाकडे, जेम्सकडे प्रिंटिंग प्रेसमध्ये कामाला पाठवलं. वास्तविक त्यावेळी जेम्सचाही व्यवसायात पुरेसा जम बसला नव्हता. परंतु बेंजामिन यांचा वाचनाचा छंदही जोपासला जाईल व त्याचबरोबर ते काही कामही शिकू शकतील, या हेतूने त्यांनी बेंजामिन यांना जेम्सकडे कामाला पाठवलं.

बेंजामिन यांनादेखील ते काम आवडलं. 'बेंजामिन हे जेम्सकडे प्रशिक्षणार्थी म्हणून काम शिकतील, त्यासोबतच जेम्स यांना त्यांच्या कामात मदतदेखील करतील. वयाच्या २१व्या वर्षापर्यंत त्यांना आर्थिक स्वरूपात कोणताही मोबदला दिला जाणार नाही. केवळ शेवटच्या वर्षी वेतनाच्या रूपात काही रक्कम दिली जाईल,' अशा स्वरूपाचा करार जेम्स आणि जोसाया यांच्यात झाला. इथेच बेंजामिन यांच्या जीवनातील एका नव्या अध्यायाला सुरुवात झाली. त्यांनी प्रिंटिंग प्रेसच्या कामात रस घ्यायला सुरुवात केली. त्या वेळी ते केवळ १२ वर्षांचे होते.

बेंजामिन सतत नवीन काम शिकण्यासाठी तत्पर असत. कुठल्याही प्रकारचं प्रशिक्षण घेण्याची एकही संधी ते दवडत नसत. जो युवक काळानुरूप पावलं उचलून नवनवीन गोष्टींचा (उपकरणांचा) वापर करायला शिकतो, तो सदैव भविष्यात येणाऱ्या नवीन गोष्टी शिकण्यासाठी तयार असतो. आता बेंजामिन प्रिंटिंगच्या कामात बारकाईने लक्ष केंद्रित करत होते. अगदी किरकोळ बाबींकडेही ते दुर्लक्ष करत नसत. वास्तविक त्या वेळी ते वयाने अतिशय लहान होते; परंतु कामाबाबत मात्र ते सतत उत्साही राहत होते. सतत काम करत राहणं आणि फावल्या वेळेत पुस्तकांचं वाचन करणं, हाच त्यांचा दिनक्रम बनला होता. आळस तर त्यांच्यापासून कित्येक मैल दूर होता.

आळशी माणसाकडे काम न करण्याची हजारो कारणं असतात. अशा माणसाला कामाच्या वेळी आराम करण्याची इच्छा असते; परंतु आराम करण्याची ही सवय हळूहळू वाढत जाते. या सवयीमुळे अशा माणसात तमोगुण वाढत जातो. तमोगुणामुळे मनुष्य पूर्वी जितकं काम करत होता, त्याच्या पन्नास टक्केदेखील काम करू शकत नाही. या सवयीमुळे भविष्यात त्याला खूप त्रास होतो. मात्र बेंजामिन यांनी वेळेचं असं नियोजन केलं होतं, की प्रिंटिंगचं काम, शारीरिक आराम आणि पुस्तक वाचन अशा सर्व कामांसाठी त्यांना पुरेसा वेळ मिळत होता. कोणतंही काम त्यांच्यासाठी ओझं बनत नव्हतं. प्रशिक्षणार्थी असताना मिळणाऱ्या वेळेचा त्यांनी सदुपयोग केला. त्या वेळेत त्यांनी प्रिंटिंगच्या व्यवसायातील अधिकाधिक माहिती मिळवली. या माहितीचा पुढे त्यांना खूपच फायदा झाला.

बेंजामिनना काकांबद्दल खूपच आत्मीयता होती. त्यांना काकांकडून सतत प्रोत्साहन मिळत होतं. प्रिंटिंगच्या कार्यातून त्यांना थोडासा मोकळा वेळ मिळताच, ते त्या फावल्या वेळेत कविता करत असत. आपल्या काकांशी केलेल्या पत्रव्यवहारात ते कधी कधी कवितांचाही उल्लेख करत असत. काकांनाही आधीपासूनच कवितांची आवड होती. या पत्रव्यवहारातून काकांनी बेंजामिन यांचं लेखनकौशल्य जाणलं होतं, त्यामुळे ते वेळोवेळी बेंजामिन यांना लेखनासाठी प्रोत्साहन देत असत. जेम्सनेदेखील बेंजामिन यांना कविता लिहिण्याचा सल्ला दिला. त्याकाळात बोस्टन शहरात गल्लोगल्ली फिरून, काव्यरूपात गाथा गाऊन त्यांचा प्रचार केला जात असे. या गाथा वेगवेगळ्या विषयांवर असत. बेंजामिन यांनीदेखील 'द लाइट हाउस ट्रॅजेडी' (The Light House Tragedy) आणि ब्लॅक बियर्ड (Black Beard) अशा विषयांवर कविता केल्या. त्या छापून सर्वत्र फिरून लोकांना विकल्या गेल्या. 'द लाइट हाउस ट्रॅजेडी'मध्ये कॅप्टन वर्दीलेक आणि त्यांच्या दोन मुली बुडाल्याचा संपूर्ण वृत्तांत होता. लोकांनी ते वर्णन

वाचलं आणि त्यांची खूप प्रशंसा केली, त्यामुळे बेंजामिन यांचा उत्साह द्विगुणीत होत गेला.

बेंजामिन यांच्याद्वारे निर्माण झालेल्या कवितांना उच्चश्रेणीत स्थान दिल जाऊ शकत नाही. कारण त्यांच्या कविता म्हणजे केवळ साधारणशा ओळी होत्या. जोसाया यांना बेंजामिन यांचं कविता लिहिणं आवडत नसे. बेंजामिन यांनी व्यावसायिक लेखक अथवा कवी व्हावं अशी त्यांची इच्छा नव्हती. परंतु साधारण ओळी लिहिणं हेदेखील त्याकाळी एक प्रशंसनीय कार्य होतं. बेंजामिन स्वतःच्या काव्याबद्दल निराश झाले होते; परंतु त्यांच्या जीवनात साहित्य-लेखन अतिशय महत्त्वपूर्ण ठरलं. साहित्य लेखनामुळेच त्यांच्या जीवनात विकास होऊ शकला, असं बेंजामिन यांचं मत होतं.

५

वादविवादांतून मुक्ती

बेंजामिन फ्रँकलिन यांचे बालपणापासूनच काही मित्र होते. त्यांमध्ये जॉन कॉलिन्स नावाच्या एका युवकाचादेखील समावेश होता. त्यालादेखील वाचनाची आणि लिखाणाची आवड होती. तो खूप अहंकारी होता आणि त्याला शेखी मिरवण्याचीदेखील सवय होती. इतरांशी बोलताना तो नेहमी आपलंच घोडं पुढे दामटत राहत असे, इतरांचं ऐकूनच घेत नसे. तर्क-वितर्क करताना तो कधी कधी इतका उग्र होत असे, की त्याच्यापासून सुटका करून घेणं कठीण जात असे. अशा प्रकारे वारंवार उग्र प्रतिसाद देऊन मनुष्य नकळत आपल्या अहंकारालाच खतपाणी देत असतो. समोरच्याला उग्र प्रतिसाद दिल्याशिवाय, अद्वातद्वा बोलल्याशिवाय अशा माणसाला चैनच पडत नाही. समोरच्याला प्रत्युत्तर देऊनच त्याला क्षणिक आनंद आणि शांती मिळते.

बेंजामिनना त्यांच्या मित्राची ही सवय चांगल्या प्रकारे माहीत असल्याने त्याच्यासमोर ते नेहमी इतरांशी नम्रतेने वागत. त्या दोघांमध्येदेखील नेहमी कोणत्या ना कोणत्या विषयावर वादविवाद होत असे. तार्किक युक्तिवाद

करून दोघांनाही एकमेकांचं म्हणणं खोडून काढण्याची सवय होती. एकदा 'महिलांना शिक्षणाविषयी जागरूक करायला हवं की नको,' या विषयावर दोघांमध्ये चर्चा झाली. 'महिलांना जास्त शिक्षण दिलं जाऊ नये, कारण स्त्रीमध्ये असं ज्ञान प्राप्त करण्यासाठी मानसिक पात्रता नसते. त्यामुळे ती पुरुषांची बरोबरी करू शकत नाही,' असं कॉलिन्स यांचं म्हणणं होतं. परंतु महिलांनादेखील पुरुषांच्या बरोबरीने शिक्षण देण्यात यायला हवं, असं बेंजामिन यांचं मत होतं.

या घटनेनंतर चार-पाच दिवस या दोघांमध्ये पत्रव्यवहार सुरू होता. दोघंही आपापलं मत लिखित स्वरूपात एकमेकांना पाठवत होते आणि स्वतःचंच म्हणणं योग्य आहे याविषयी ठाम होते. अशा प्रकारे दोघांमध्ये पत्रयुद्ध सुरूच होतं.

अशा वादविवादांचं पर्यवसान मोठ्या भांडणात कधी होईल, हे सांगता येत नाही. यासाठी लोकांनी वितंडवादांपासून दूर राहायला हवं. समजूतदार लोक नेहमी वादविवादापासून दूर राहतात. हुज्जत घालण्यात व्यग्र असलेल्या लोकांना अन्य विषयांकडे वळवलं तरच लोक नवीन दृष्टिकोनातून विचार करायला प्रवृत्त होतील आणि वादविवादांपासून सहजपणे दूर राहू शकतील.

अनेक लोक जमा झालेले असताना जर एखादा वादप्रतिवाद करू लागला, तर त्याला विरोध होणं स्वाभाविक आहे. परिणामी या सवयीला बळी पडलेला मनुष्य उपस्थित लोकांचा रोष ओढवून घेतो, इतरांच्या क्रोधाला कारणीभूत ठरतो. वादविवाद करण्याची ही प्रवृत्ती पुढे जाऊन चुकीच्या सवयीत रूपांतरित होते. मात्र, अज्ञानामुळे असं घडतं. वादविवादांतून एकमेकांमध्ये कटुता निर्माण होऊन जिथे मैत्री होऊ शकली असती तिथे शत्रुत्व निर्माण होतं. आपल्या वडिलांची धार्मिक वादविवादांवरील पुस्तकं वाचल्यानंतर बेंजामिननादेखील वादविवाद करण्याची सवय जडली होती.

परंतु एक समंजस मनुष्य कधीही वाग्युद्धात भाग घेत नाही, हे आता त्यांना कळून चुकलं होतं. त्यामुळे त्यांनी कॉलिन्स या मित्राचं लक्ष अन्य विषयाकडे वेधलं आणि त्यांच्यातील वादंग संपुष्टात आणलं.

बेंजामिन सतत वेगवेगळ्या लेखकांच्या पुस्तकांचं वाचन करत असत. त्यामुळे ते इतके कुशाग्र आणि हुशार बनले, की त्यांच्यापेक्षा अधिक विद्वान लोकांनादेखील त्यांचं म्हणणं ते सहजतेने पटवून देऊ लागले. साहजिकच क्वचित प्रसंगी वाद-प्रतिवादही होत असे. परंतु त्यांना आधीपासूनच नम्रपणे बोलण्याची सवय होती. त्यामुळेच कोणीही काही वादग्रस्त विधान केलं, तरी ते त्यांच्याशी बोलताना 'निश्चितपणे' वा 'निःसंशय' अशा शब्दांचा वापर करत नसत. याऐवजी ते पुढे दिलेल्या वाक्यांचा उपयोग करत - 'माझा असा विचार आहे... मला असं वाटतं... मी विचार करतो... अमुक कारणामुळे मला वाटतं, की हे अशा प्रकारे व्हायला हवं... मी कल्पना करतो, की अमुक असं झालं पाहिजे... किंवा माझं काही चुकत नसेल, तर हे असं घडायला हवं...' लोकांशी संवाद साधताना बेंजामिन किती सजग असायचे, हेच यावरून समजतं. लोकांशी संभाषण करताना नेहमी शिष्टाचाराच्या चौकटीतच बोलायला हवं. प्रथा आणि रीत यांची लक्ष्मणरेषा ओलांडता कामा नये, या गोष्टीची त्यांना पूर्णपणे जाणीव होती.

मनुष्याचे शब्द अतिशय शक्तिशाली असतात, त्यासाठी संभाषण करताना शब्द अतिशय जपून वापरायला हवेत. त्याचबरोबर योग्य शब्दांची निवड करणंही अतिशय महत्त्वाचं असतं. बेंजामिन लोकांशी सहानुभूतिपूर्वक वागायचे. त्यांनी आयुष्यात कुणालाही शब्दांनी दुखावलं नाही. सर्वांशी मिळूनमिसळून कार्य करणं त्यांना फार आवडायचं. आपल्या विचारांच्या प्रसारासाठी आणि इतरांचं सहकार्य मिळवण्यासाठी याचा उपयोग होईल, याची त्यांना खात्री होती. बेंजामिन फ्रँकलिन यांच्या अंगी असे कितीतरी सद्‌गुण होते.

६

शिकण्याची तळमळ

एके दिवशी बेंजामिन फ्रँकलिन यांनी जॉन कॉलिन्सला लिहिलेल्या पत्रांतील काही भाग त्यांच्या वडिलांच्या हाती लागला. त्यांनी ती पत्रं वाचली आणि ते बेंजामिन यांना म्हणाले, ''व्याकरणदृष्ट्या तुझं लेखन अगदी अचूक आहे; परंतु भाषाशैलीचा विचार केला, तर कॉलिन्स तुझ्यापेक्षा जास्त चांगलं लिहितो. त्याला त्याच्या भावना व्यक्त करण्याची, त्या स्पष्टपणे मांडण्याची कला चांगल्या प्रकारे अवगत आहे.''

प्रिंटिंग प्रेसमध्ये काम केल्यामुळे बेंजामिन यांच्या लेखनात व्याकरणाच्या चुका असण्याचा प्रश्नच उद्भवत नव्हता, त्यामुळे वडिलांनी सांगितलेल्या भाषेतील उणिवा दूर करण्यासाठी त्यांनी त्वरित प्रयत्न केले. शिवाय, आपली लेखनशैली सुधारण्यासाठी ते अधिक एकाग्रतेने कार्य करू लागले.

वयाच्या सोळाव्या वर्षी बेंजामिन यांना ट्रायोन नावाच्या लेखकाचं एक पुस्तक मिळालं. त्या पुस्तकात शाकाहारी भोजनाचं महत्त्व विशद करण्यावर अधिक भर दिला होता. त्या पुस्तकामुळे ते इतके प्रभावित झाले,

की त्यांनी शाकाहारी भोजन करण्याचा निश्चय केला. त्यावेळी त्यांचा मोठा भाऊ जेम्स याचं लग्न झालं नव्हतं. त्यांच्या घरात स्वयंपाक बनवणारं कुणी नव्हतं, त्यामुळे ते इतर सहकाऱ्यांसोबत एका कुटुंबाकडे भोजनासाठी जायचे. दर महिन्याला ते त्या कुटुंबाला भोजनाचे पैसे देत असत. परंतु मांसाहार वर्ज्य केल्यामुळे त्यांची गैरसोय होऊ लागली आणि त्यांचे इतर सहकारीही त्यांना या गोष्टीसाठी चिडवू लागले.

अशा स्थितीत त्यांनी ट्रायोन यांच्या पुस्तकातून मांसविरहित भोजन बनवण्याच्या काही पाककृती शिकून घेतल्या. त्यांचा भाऊ एका आठवड्यात जेवणासाठी जितका खर्च करत होता, त्याच्या निम्मेच पैसे बेंजामिन यांनी आपल्या भावाकडे मागितले आणि भोजनाची वेगळी व्यवस्था केली. स्वतः स्वयंपाक बनवू लागल्याने त्यांच्याकडे आता काही पैसे शिल्लक राहू लागले. त्या पैशांतूनही ते नेहमी पुस्तकंच विकत घेत असत. त्याचा त्यांना आणखी एक लाभ झाला. तो म्हणजे, त्यांचा भाऊ आणि इतर सहकारी जेवायला गेल्यानंतर बेंजामिन एकटेच प्रेसमध्ये असत, त्यावेळी ते थोडंसं भोजन करून उरलेला वेळ पुस्तकं वाचण्यात व्यतीत करत. 'संतुलित आहार ग्रहण केल्याने मेंदू अधिक काम करतो आणि समजदेखील वाढते,' असं बेंजामिन यांचं प्रामाणिक मत होतं. 'तुम्ही जेव्हा जे बोलता तेच करता आणि जे करता तोच विचार करता व जो विचार करता, तोच तुमच्या वाणीद्वारे प्रकट होतो, तेव्हा निसर्गातील सर्व शक्ती तुमच्या मदतीसाठी धावून येतात.'

बेंजामिन फ्रँकलिन यांना नवनवीन पुस्तकं वाचायला फार आवडत असे. ते आपल्या अत्यंत व्यग्र दिनक्रमातील काही वेळ पुस्तक वाचनासाठी राखून ठेवायचे. कधी कधी तर त्यांना प्रिंटिंग प्रेसमध्येच काही आवडीचे लेख आणि पुस्तकं वाचायला मिळायची. त्यांच्याकडे विविध प्रकारचे लेख, भाषणं, धार्मिक वा शैक्षणिक विषयांवरील निबंध छपाईसाठी येत असत. त्यावेळी स्वतःच्या लेखनशैलीत सुधारणा घडवणं, हेच त्यांचं प्रमुख उद्दिष्ट होतं. साहजिकच ते उद्दिष्ट पूर्ण करण्यासाठी आवश्यकता होती

ती वेगवेगळ्या लेखकांची पुस्तकं वाचण्याची. त्याकाळी बोस्टनमधील पुस्तकप्रेमी मंडळी इंग्लंडहून पुस्तकं मागवत होती. हळूहळू बेंजामिन यांची कित्येक पुस्तक विक्रेत्यांशी आणि पुस्तकांचा पुरवठा करणाऱ्या लोकांशी ओळख होत गेली. त्यांचे नोकर बेंजामिन यांना पुस्तकं देत असत. बेंजामिन ती पुस्तकं वाचून अत्यल्प काळातच त्या नोकरांना सुस्थितीत परत करत असत. कधी कधी एखादं पुस्तक त्वरित परत करावं लागत असे. अशा वेळी बेंजामिन रात्रभर पुस्तक वाचत; पण तरीही सकाळी वेळेवरच प्रिंटिंग प्रेसमध्ये जात असत.

एके दिवशी प्रेसमध्ये काम करत असताना बेंजामिनना प्रसिद्ध इंग्रजी साहित्यिक रिचर्ड स्टील आणि जोसेफ एडिसन यांनी प्रकाशित आणि संपादित केलेलं 'द स्पेक्टॅटर' (The Spectator) नावाचं पुस्तक मिळालं. ते त्यांनी पुन:पुन्हा वाचलं. ते वाचत असताना त्यांना वेगळाच आनंद मिळू लागला होता. त्या पुस्तकाची लेखनशैली त्यांना खूपच आवडली. अशा प्रकारच्या लेखनशैलीची नक्कल करण्याचा विचारदेखील त्यांच्या मनात येऊ लागला होता. त्यांनी ते विचार त्वरित कृतीत उतरवले, त्यासाठी त्यांनी पुस्तकातील काही पानं निवडली. त्या पानांवरील काही वाक्यं वाचून केवळ मुद्द्यांच्या रूपात आपल्या डायरीत लिहिली. त्यानंतर काही दिवसांनी मुद्द्यांच्या स्वरूपात लिहिलेली वाक्यं पुस्तकातील वाक्यांनुसार लिहिण्याचा प्रयत्न केला. मग त्यांनी त्यांच्या वाक्यांची पुस्तकातील वाक्यांशी तुलना केली, तेव्हा त्यांना त्यांच्या चुका समजल्या. मात्र, शब्दसंग्रह कमी असल्यामुळे ते आपलं लेखन प्रभावी बनवू शकत नव्हते.

बेंजामिन फ्रँकलिन अपयशाने हताश होऊन बसणाऱ्यांपैकी नव्हते. त्यांची शिकण्याची तळमळ वाखाणण्याजोगी होती. ते सतत स्वतःच्या लेखनशैलीवर मनन करून त्यातील उणिवा दूर करण्याचा प्रयास करायचे. आपल्या उद्दिष्टप्राप्तीसाठी ते मोकळ्या वेळेचादेखील अतिशय चांगला उपयोग करत असत. आधुनिक माहितीच्या आधारे आपलं

कार्य अधिकाधिक प्रभावी कसं होईल, याविषयी प्रत्येक युवकाने विचार करायला हवा. एखादं महान लक्ष्य प्राप्त करायचं असेल, तर त्यानुसार आपल्या शरीरालाही प्रशिक्षित करायला हवं. अर्थात, या सर्व गोष्टी एकाच दिवसात अवगत करणं शक्य होणार नाही, त्यासाठी दररोज नियमितपणे काही वेळ उद्दिष्टपूर्तीसाठी द्यायला सुरुवात करायला हवी. तुमच्याकडे जर पुरेशी माहिती नसेल, तर त्या त्या विषयातील तज्ज्ञांचं मार्गदर्शन घ्यायला हवं, त्यांच्याशी सल्लामसलत करायला हवी. त्यातून काही ना काही मार्ग मिळत जातो. मात्र त्यासाठी गरज असते, ती कुठून तरी सुरुवात करण्याची.

इंग्रजी साहित्याचं लेखक बनणं हेच बेंजामिन यांचं त्यावेळचं सर्वांत मोठं ध्येय होतं. त्यासाठी ते रात्रंदिवस जिवापाड कष्ट करत होते. तुम्हाला जेव्हा तुमच्या जीवनाचं लक्ष्य गवसतं, तेव्हा जगातील कोणत्याही आपत्तीने तुम्ही त्रासून जात नाही, उलट ते लक्ष्य मिळाल्याने जीवनाला नवी दिशा मिळते. योग्य दिशा आणि उद्दिष्टप्राप्तीच्या प्रेरणेने मनुष्याची क्षमता आणि पात्रता वाढते. त्यानंतर तो आधी जे कार्य करू शकत नव्हता, त्यात अल्पावधीतच कुशल बनतो. उदाहरणार्थ, एक माणूस एकही शब्द नीट टाइप करू शकत नव्हता, परंतु आता तोच मनुष्य जबाबदारी, प्रामाणिकपणा, वचनबद्धता आणि प्रेम या गुणांचं महत्त्व समजल्यानंतर पुस्तक लिहिण्याचं मोठं कार्य करतोय. त्याच्यात हे परिवर्तन कसं घडलं? तर त्याने जीवनाचं सर्वोच्च लक्ष्य निश्चित केलं म्हणून हे शक्य होऊ शकलं. बेंजामिन यांनीदेखील अतिशय लहान वयातच आपल्या जीवनाला एक लक्ष्य देऊन त्याला योग्य दिशाही दिली होती.

आपल्या उद्दिष्टाने त्यांना झपाटून टाकल्याने ते खूप अभ्यास करायचे. दररोज रात्री आणि सकाळी प्रेसचं काम सुरू होण्यापूर्वी त्यांना जो काही वेळ मिळत असे, त्या वेळेत ते वेगवेगळी पुस्तकं वाचत. एक यशस्वी संशोधक बनल्यानंतरही बेंजामिन यांची पुस्तकांची आवड यत्किंचितही कमी झाली नव्हती. यावरूनच ते एक खरेखुरे पुस्तकप्रेमी होते, हे समजतं.

७

‘न्यू इंग्लंड कूरांट’चं प्रकाशन

‘**बो**स्टन न्यूज लेटर’ हे अमेरिकेचं त्याकाळी प्रकाशित होणारं एकुलतं एक बहुचर्चित वृत्तपत्र होतं. कारण त्या काळातील इतर वर्तमानपत्रांच्या विक्रीच्या तुलनेत या वर्तमानपत्राचा खप लक्षणीय होता. बेंजामिन यांचा मोठा भाऊ जेम्स यांनी त्यांच्या अनेक मित्रांच्या सल्ल्यानुसार स्वतःचं वर्तमानपत्र प्रकाशित करण्याची योजना आखली. त्या वर्तमानपत्राला ‘न्यू इंग्लंड कूरांट’ (New England Courant) हे नाव देण्यात आलं. अमेरिकेतील पहिल्या काही वर्तमानपत्रांमध्ये ‘न्यू इग्लंड कूरांट’ची गणना होते. हे वर्तमानपत्र इ.स. १७२१च्या ऑगस्ट महिन्यात पहिल्यांदा प्रकाशित केलं गेलं. त्यावेळी त्याची किंमत चार पेन्स अशी ठेवली गेली होती, शिवाय ती त्या काळाच्या मानाने खूपच जास्त होती. हे वर्तमानपत्र केवळ एकच पानाचं होतं. याच्या दोन्ही बाजूला मजकूर छापूनच ते प्रकाशित करण्यात येत असे. मात्र, छपाईनंतर ते विकण्याची अथवा ग्राहकांना देण्याची जबाबदारी बेंजामिन यांच्याकडे सोपवण्यात आली होती. बेंजामिनही दररोज या वर्तमानपत्राच्या प्रती स्थानिक लोकांपर्यंत पोहोचवत. अल्पावधीतच हे

वर्तमानपत्र तेथील जनतेत लोकप्रिय होऊ लागलं.

या वर्तमानपत्रात काही वेगळे प्रयोग करण्यात आले, जे 'बोस्टन न्यूज लेटर'पेक्षा खूपच वेगळे होते. 'न्यू इंग्लंड कूरांट'मध्ये नव्या आणि प्रतिभासंपन्न लेखकांना प्राधान्य दिलं जात असे. जेम्स यांचे कित्येक प्रथितयश आणि सिद्धहस्त लोकांशी चांगले संबंध होते. ते सर्व लोक संध्याकाळी प्रिंटिंग प्रेसमध्ये एकत्र जमून वर्तमानपत्रातील लेख आणि त्यासंबंधित विविध विषयांवर चर्चा करत असत. बेंजामिन त्यांची चर्चा लक्षपूर्वक ऐकत असत. सर्व लोकांचे विचार आणि बुद्धिमत्ता पाहून बेंजामिन यांच्या मनातदेखील वर्तमानपत्रात लेख लिहिण्याची मनीषा जागृत झाली. परंतु जेम्स यांची या कामाला संमती मिळेल की नाही याची त्यांना भीती वाटत होती. दोन्ही भावांमध्ये अधूनमधून काही ना काही कारणाने काही कुरबूर होत असे. या सर्व गोष्टींचा विचार करून त्यांनी नाव बदलून लिखाण करण्याची योजना आखली.

बेंजामिन फ्रँकलिन यांनी लिखाण सुरू केलं. त्यांनी सकाळी प्रेसमध्ये जाण्यापूर्वीचा आणि संध्याकाळचा काही वेळ लिखाणासाठी राखून ठेवला. आपलं अक्षर कळू नये यासाठी ते हस्ताक्षर बदलून लेख लिहू लागले. एके दिवशी संध्याकाळी जेव्हा प्रेस बंद करण्यात आली, तेव्हा त्यांनी त्यांच्या लेखाचं पाकीट गुपचूप दरवाजाच्या खालून आत टाकलं. दुसऱ्या दिवशी सकाळी ते पाकीट जेम्सच्या हाती पडलं. त्यांनी ते पाकीट उघडलं तर त्यात त्यांना अनोळखी लेखकाने लिहिलेला लेख मिळाला. जेम्स यांनी तो लेख वाचला आणि त्यांना तो खूप आवडला. जेम्स यांनी तो लेख त्यांच्या इतर मित्रांनाही दाखवला. त्या मित्रांनाही तो लेख खूपच आवडला. त्या सर्वांनी लेखकाची मनापासून स्तुती केली आणि जेम्सना तो लेख छापण्याचा सल्ला दिला. सर्वजण मिळून त्या लेखकाविषयी अंदाज वर्तवू लागले. हे सर्व पाहून बेंजामिन मनोमन खूश झाले होते. त्यांचा लेख छापला जाणार हे समजल्यावर त्यांना अतिशय आनंद झाला.

त्या दिवसापासून त्यांनी एकामागून एक असे कित्येक लेख लिहिले. त्यांना दिवसा लेखनासाठी वेळ मिळत नसे. सकाळचा वेळ वाचन आणि लेखन यासाठी देता यावा म्हणून ते सकाळचा नाष्टा प्रेसमध्ये आल्यानंतरच करत. ते अनोळखी नावाने (टोपण नावाने) लेख लिहीत राहिले आणि त्यांचे लेख प्रकाशितही होत गेले. इकडे जेम्स आणि त्यांचे मित्र या अनोळखी लेखकाबद्दल तर्कवितर्क करून हैराण झाले होते. हळूहळू ते सर्व लोक त्या लेखकाविषयी सकारात्मक विचार करू लागले. हे लेख निश्चितच एखाद्या प्रतिष्ठित आणि चारित्र्यवान व्यक्तीने लिहिले असावेत, असं त्या सर्वांचं मत झालं. काही दिवसांनी बेंजामिन यांनीच त्या अनोळखी लेखकाचं रहस्य सर्वांसमोर उलगडलं आणि तो लेखक अन्य कोणी नसून ते स्वतःच आहेत हे सांगितलं.

हे ऐकल्यानंतर जेम्स आणि त्यांच्या मित्रांचा या गोष्टीवर विश्वासच बसला नाही. परंतु हे सिद्ध करण्यासाठी बेंजामिन यांनी काही पुरावे सादर केले. ते पडताळल्यानंतर मात्र त्यांची खात्री पटली. परंतु, वास्तव समोर आल्यानंतर जेम्स थोडेसे निराश झाले, तसं त्यांचं निराश होणं स्वाभाविकही होतं. कारण त्यांना त्यांच्या लहान भावाला केवळ एक मदतनीस किंवा प्रशिक्षणार्थी म्हणूनच त्यांच्या प्रेसमध्ये ठेवायचं होतं. या कारणावरून त्यांच्यात पुढे मतभेद होऊ लागले. 'मी जेम्सचा लहान भाऊ असूनही तो मला प्रशिक्षणार्थी आणि स्वतःला मालक समजतो,' ही गोष्ट बेंजामिन यांना खटकत होती. जेम्स सतत बेंजामिन यांना कामकाजात तुच्छ समजत असत. परंतु मी लहान असल्याने जेम्सने माझी सर्वप्रकारे देखभाल करायला हवी, असं बेंजामिन यांचं मत होतं. यावरून दोघांमध्ये सतत वाद-प्रतिवाद होऊ लागले आणि यात जोसाया नेहमी बेंजामिन यांचीच बाजू घेत असत. या सततच्या वादंगांमुळे कधी एकदा हा प्रशिक्षण कालावधी संपतो, असं बेंजामिन यांना वाटायचं. म्हणून आता त्यांनी प्रिंटिंग प्रेसची सर्व कामं शिकून आणि समजून घेतली होती. आता त्यांना प्रशिक्षणार्थी म्हणून काम

करणं योग्य वाटत नव्हतं. त्यामुळे काहीतरी करून प्रशिक्षणाचा अवधी कमी करण्याचा प्रयत्न ते करू लागले. पुढे जाऊन अप्रत्यक्षपणे तशीही संधी त्यांना लाभली.

जेम्स यांना तुरुंगवास

'न्यू इंग्लंड कूरांट' वर्तमानपत्र सुरू होऊन एक वर्ष होत आलं होतं. एके दिवशी वर्तमानपत्रात राजकीय विषयावर एक लेख प्रकाशित झाला. त्या लेखात सरकारी धोरणं आणि त्यावेळचा राज्यकारभार यांविरुद्ध काही गोष्टी लिहिण्यात आल्या होत्या. असे लेख वाचून जनता सरकारच्या विरोधात जाऊ शकते, असं तत्कालीन सरकारचं मत होतं. हा लेख वाचून कित्येक सरकारी अधिकारी क्रोधित झाले, त्यांनी सरकारी आदेश काढून जेम्सला चौकशीसाठी पाचारण केलं. जेम्स यांनी स्वतः 'न्यू इंग्लंड कूरांट'चा मालक आणि प्रकाशक असल्याचं मान्य केलं, त्यांच्या काही प्रश्नांची उत्तरंही योग्य पद्धतीने दिली. परंतु त्याचवेळी त्यांनी सरकारी अधिकाऱ्यांशी असभ्य वर्तन केलं. स्वतःची चूक लक्षात आल्यानंतर जेम्सनी त्या अधिकाऱ्यांकडे क्षमायाचनाही केली, परंतु त्यांच्या वर्तमानपत्रात प्रकाशित करण्यात आलेले काही लेख, लोकांमध्ये सरकारविरोधी भावना निर्माण करणारे आहेत, असा ठपका त्यांच्यावर ठेवण्यात आला. या चुकीमुळे त्यांना तुरुंगात डांबलं गेलं. या काळात प्रेसचा सर्व कार्यभार बेंजामिन सांभाळत होते. परंतु, एके दिवशी बेंजामिन यांनादेखील चौकशीसाठी सरकारी अधिकाऱ्यांसमोर हजर राहायला सांगण्यात आलं. चौकशीअंती ते एक प्रशिक्षणार्थी आणि शिकाऊ उमेदवार आहेत, असं आढळून आलं, त्यामुळे त्यावेळी त्यांना सोडून देण्यात आलं.

काही दिवस कारावास भोगल्यानंतर जेम्स यांनी आपली चूक मान्य करून क्षमायाचना केली. आपली सुटका व्हावी म्हणून त्यांनी उच्चाधिकाऱ्यांना पत्रही लिहिलं. त्यांची विनंती मान्य करून एक महिन्याच्या

शिक्षेनंतर त्यांना मुक्त करण्यात आलं. परंतु त्यांची सुटका करताना सरकारकडून त्यांना एक अतिशय जाचक अट घालण्यात आली, ती म्हणजे त्यांच्या नावाने सुरू असलेलं न्यू इंग्लंड कूरांटचं प्रकाशन बंद करण्यात यावं. त्याचबरोबर अशा प्रकारचं कोणतंही अन्य वर्तमानपत्र अथवा पुस्तक प्रकाशित करू नये.

सरकारी आदेश ऐकून जेम्सचे धाबेच दणाणले. कोणत्याही परिस्थितीत ते प्रकाशन बंद करू शकत नव्हते. जेम्सनी त्यांचे सर्व मित्र आणि बेंजामिन यांच्याशी विचारविनिमय केला. लवकरच त्यांना या समस्येवरील उपायही गवसला. सरकारने जेम्सना वर्तमानपत्र प्रकाशित करण्यासाठी बंदी घातली होती, त्यामुळे जेम्सनी एक नवीन करार केला आणि त्यात बेंजामिन फ्रँकलिन यांना मुद्रक आणि प्रकाशक बनवलं गेलं. त्यांनी बेंजामिन यांना प्रशिक्षणार्थी म्हणून प्रेसमध्ये ठेवताना जोसाया यांच्याशी एक करार केला होता, तो त्यांनी रद्द केला. याचाच अर्थ असा, की आता बेंजामिन एक प्रशिक्षणार्थी म्हणून प्रेसमध्ये काम करणार नव्हते. परंतु जेम्स यांनी गुप्तपणे आणखी एक करार केला, त्यात पूर्वीच्या करारातील उरलेल्या कालावधीमध्ये बेंजामिन यांच्याकडून पूर्वीप्रमाणेच काम करून घेता यावं, अशी तरतूद करण्यात आली. अशा प्रकारे बेंजामिन कायदेशीररीत्या एक मुद्रक आणि प्रकाशक बनले होते. त्यानंतर बेंजामिन यांच्या आधिपत्याखाली न्यू इंग्लंड कूरांट हे वर्तमानपत्र नव्या स्वरूपात प्रसिद्ध होऊ लागलं.

पाहता पाहता वर्तमानपत्राची भरभराट होऊ लागली. आता त्याची किंमतही वाढवण्यात आली. परंतु बेंजामिन आणि जेम्स यांच्यातील मतभेद अधूनमधून उफाळून यायचे. कधी कधी त्यांच्यातील वाद इतका विकोपाला जायचा, की जेम्स त्यांना मारहाण करत असत. अशा परिस्थितीत जेम्ससोबत काम करणं बेंजामिन यांना अशक्य होऊ लागलं होतं. साहजिकच बेंजामिन यांच्या मनात स्वतंत्रपणे काही करण्याची इच्छा बळावू लागली.

बेंजामिन फ्रैंकलिन

८
बेंजामिन यांचा संघर्षमय प्रवास

बेंजामिन यांच्याशी नवा करार झाला तरी जेम्स त्यांच्याशी पूर्वीप्रमाणेच वागत होते. ते बेंजामिन यांच्याकडून एका नोकराप्रमाणे अथवा प्रशिक्षणार्थीप्रमाणेच काम करून घेऊ इच्छित होते. परंतु बेंजामिन आता स्वतंत्र होते, कारण गुप्त कराराला कायदेशीररीत्या काहीही महत्त्व नव्हतं. त्यावेळी बेंजामिन यांचं वय केवळ १७ वर्षं होतं. आपापसांतील मतभेदांमुळे त्यांच्यात दरी निर्माण झाली आणि त्यांनी जेम्स आणि न्यू इंग्लंड कूरांट यांचा निरोप घेतला.

ही बातमी जेव्हा जोसाया यांना समजली, तेव्हा त्यांनी बेंजामिन यांची समजूत काढण्याचा खूप प्रयत्न केला; परंतु जेम्ससोबत काम करायला बेंजामिन अजिबात तयार नव्हते. बोस्टनमधील इतर प्रेसच्या मालकांनी बेंजामिनना कामावर घेऊ नये, असं जेम्स यांनी सांगितलं असणार, याची त्यांना कल्पना होती. परंतु बेंजामिन यांना माहीत होतं, की मनुष्यात उत्कट ध्यास असेल आणि त्याचं मनही शुद्ध असेल, तर जगातील कोणतीही शक्ती त्याच्या कामात व्यत्यय आणू शकत नाही. या सर्व गोष्टी लक्षात घेऊन त्यांनी बोस्टनहून स्थलांतर करण्याचा निर्णय घेतला. या निर्णयाने त्यांच्या जीवनाला एक वेगळं वळण मिळणार होतं.

बोस्टनमधून न्यूयॉर्कला प्रयाण

बेंजामिन फ्रँकलिन यांनी याबाबतीत त्यांचा मित्र जॉन कॉलिन्स यांच्याशी संवाद साधला. जॉन कॉलिन्स यांनीदेखील बेंजामिन फ्रँकलिन यांना बोस्टन सोडून न्यूयॉर्कला जाण्याचा सल्ला दिला. त्याकाळी न्यूयॉर्क आणि फिलाडेल्फिया या शहरांतही अनेक प्रिंटिंग प्रेस होत्या. न्यूयॉर्कला जाऊन काम शोधण्याची बेंजामिन यांची इच्छा होती. यामागे दोन कारणं होती. एक तर न्यूयॉर्क बोस्टनपासून जवळ होतं आणि दुसरं तेथील कार्यविस्तारही अधिक होता. जॉन कॉलिन्स यांनी बेंजामिनच्या तिकिटाची व्यवस्था केली आणि त्यांना जहाजाने न्यूयॉर्कला पाठवलं.

त्यावेळी बेंजामिन फ्रँकलिन यांच्याकडे पुरेसे पैसे नव्हते, त्यामुळे त्यांना जहाजाच्या तिकिटासाठी आपली काही पुस्तकं विकावी लागली. तीन दिवस आणि ३०० किलोमीटरचा प्रवास करून जहाज न्यूयॉर्कला पोहोचलं. बेंजामिनना सागरी प्रवासाचं जे आकर्षण होतं, ते या प्रवासात आलेल्या अनुभवाने पुरतं नाहीसं झालं होतं. वातावरण अनुकूल नसल्यामुळे जहाज अज्ञात स्थळी थांबवावं लागलं, त्यामुळे ते अतिशय थकून गेले होते आणि त्यांचे कपडेदेखील मळलेले होते. न्यूयॉर्कमध्ये ना त्यांचा कोणाशी परिचय होता, ना नोकरीसाठी एखादं शिफारसपत्र त्यांच्याकडे होतं. इतक्या मोठ्या शहरात काम मिळवण्यासाठी ते सतत भटकत राहिले.

तिथे त्यांची भेट विल्यम ब्रॅडफर्ड नावाच्या एका प्रिंटिंग प्रेसच्या मालकाशी झाली. बेंजामिन यांनी त्या मालकाला काम देण्याची विनंती केली. त्यांनी बेंजामिन यांना नकार दिला, परंतु आपल्या फिलाडेल्फिया येथील मुलाचा पत्ता त्यांनी बेंजामिन यांना दिला आणि त्याला भेटायला सांगितलं. कदाचित तो काही मदत करू शकेल, असं ते म्हणाले.

न्यूयॉर्कहून फिलाडेल्फिया

न्यूयॉर्क ते फिलाडेल्फिया हे जवळपास १०० किलोमीटर अंतर

होतं. आधीच बेंजामिन लांब पल्ल्याच्या प्रवासाने थकून गेले होते. आता आणखी प्रवास करावा लागणार, या विचाराने त्यांच्या अंगावर काटा उभा राहिला. परंतु तिथे जाण्याशिवाय बेंजामिन यांच्याकडे अन्य काही पर्यायही नव्हता. मग ते एका प्रवासी नावेतून फिलाडेल्फियाकडे रवाना झाले. ती नाव ॲम्बॉय (आलू) येथे चालली होती. त्यावेळी तेथून फिलाडेल्फियाला जाण्यासाठी सुमारे ५० किलोमीटर अंतर कापून बर्लिंग्टनपर्यंत जावं लागे, मग तेथून फिलाडेल्फियाला जावं लागत असे.

ते ज्या नावेतून प्रवास करत होते, ती अतिशय जुनी होती. बऱ्याच दिवसांत तिची डागडुजी करण्यात आलेली नव्हती, हे त्या नावेची स्थिती पाहूनच लक्षात यायचं. त्या नावेत अन्य एक प्रवासी आणि नावाडी असे एकूण तीन प्रवासी होते. किनाऱ्यापासून बरंच अंतर पार पडलं होतं आणि अचानक जोराचा वारा आला, त्यामुळे नाव डगमगू लागली. डोळ्यांची पापणी लवते न लवते तोच भीषण वादळ सुरू झालं. आता नाव सुरक्षित किनाऱ्यावर आणणं आवश्यक होतं, परंतु नावाड्याने ती किनाऱ्यापासून दूर अंतरावरच थांबवली आणि सर्वजण वादळ शमण्याची वाट पाहत बसले. रात्रभर चक्रीवादळ आणि त्याच्या साथीला मुसळधार पाऊस सुरू होता. मात्र, उजाडल्यानंतर वातावरण निवळलं आणि मग त्यांनी पुढची वाटचाल सुरू केली.

ॲम्बॉयला पोहोचेपर्यंत बेंजामिन यांचं अंग तापाने फणफणलं होतं. दीर्घ काळ पाण्यात राहिल्याने त्यांना हुडहुडी भरली होती. परंतु तशाही अवस्थेत त्यांनी तब्येत सांभाळत बर्लिंग्टनच्या दिशेने प्रयाण केलं. हा प्रवास त्यांना पायीच करावा लागणार होता. दिवसभर पायपीट करून त्यांना अतिशय थकवा आला होता. रात्र व्यतीत करण्यासाठी त्यांनी एका घरात आश्रय घेतला. ते घर डॉक्टर ब्राउन यांचं होतं. तेथून ते भल्या पहाटेच बर्लिंग्टनकडे निघाले. बर्लिंग्टनला पोहोचल्यानंतर ते फिलाडेल्फियाला जाण्यासाठी नावेचा शोध घेऊ लागले. महत्प्रयासाने ते एका नावेत स्वार

झाले. त्यावेळी त्यांच्याकडे केवळ एक डॉलर आणि एक शिलिंग किमतीची काही तांब्याची नाणी शिल्लक होती. प्रवासात त्यांनी नावाड्याला नाव हाकण्यासाठी मदत केली होती, त्यामुळे फिलाडेल्फियाला पोहोचल्यानंतर बेंजामिन जेव्हा नावाड्याला प्रवासाचे भाडे देऊ लागले, तेव्हा त्याने ते स्वीकारायला नकार दिला. तरीदेखील बेंजामिन यांनी नावाड्याला काही पैसे घ्यायला भाग पाडलं. या घटनेतून आपल्याला त्यांच्या उदारतेचं दर्शन घडतं.

फिलाडेल्फियाला पोहोचल्यानंतर त्यांनी सुटकेचा निःश्वास टाकला, परंतु अजूनही त्यांचा संघर्ष काही संपला नव्हता. इथे त्यांना काम शोधायचं होतं. सर्वप्रथम त्यांची मि. रीड (Mr. Read) नावाच्या गृहस्थांशी भेट झाली. त्यांना एक मुलगी होती, तिचं नाव होतं डेबोरा (Debora). भविष्यात याच मुलीशी बेंजामिन यांचा विवाह होणार आहे, हे कोणालाही माहीत नव्हतं. बेंजामिन यांचे मळके कपडे पाहून डेबोरा हैराण झाली. त्यानंतर ते काही सद्गृहस्थांसमवेत चर्चमध्ये गेले. तिथे प्रार्थना सभा चालली होती. काही वेळाने प्रार्थना सभा समाप्त झाल्यानंतर लोक आपापल्या घरी परतू लागल्याचं त्यांनी पाहिलं. पण त्यांना रात्री तिथेच थांबायचं होतं. म्हणून त्यांनी एका दुकानदाराकडे राहण्याच्या व्यवस्थेची चौकशी केली. त्या दुकानदाराने हाताने खूण करून एक लहानसं रेस्टॉरंट दाखवलं आणि तिथे तुमची सोय होऊ शकेल असं सांगितलं. आता बेंजामिन यांच्याकडे थोडेसेच पैसे शिल्लक होते. त्या पैशांत त्यांनी रात्रीचं भोजन केलं आणि तिथेच आराम केला. त्या रात्री त्यांना अतिशय गाढ झोप लागली. गेल्या कित्येक दिवसांत त्यांना अशी झोप लागली नव्हती.

दुसऱ्या दिवशी त्यांना अॅन्ड्र्यू ब्रॅडफर्ड (Andrew Bradford) या माणसाला भेटायचं होतं. त्या गृहस्थाकडेच बेंजामिन यांना काम मिळणार होतं. याच गृहस्थाने इ.स. १७१२मध्ये पहिली प्रिंटिंग प्रेस सुरू केली होती. लोकांकडे त्यांचा पत्ता विचारत ते अॅन्ड्र्यू ब्रॅडफर्ड यांच्या घरी पोहोचले. परंतु त्यांची भेट होऊनही निराशाच पदरी पडली. त्यांच्याकडे कुठल्याही

स्वरूपाचं काम नव्हतं. ब्रॅडफर्ड यांनी त्यांच्या सॅम्युअल कीमर नावाच्या मित्राचा पत्ता बेंजामिन यांना दिला आणि त्याला भेटायला सांगितलं.

सॅम्युअल कीमर यांच्याकडे नोकरी

सॅम्युअल कीमर (Samuel Keimer) यांनी नुकतीच एक प्रिंटिंग प्रेस स्थापन केली होती. बेंजामिन यांनी लगेचच त्यांची भेट घेतली आणि कामासाठी त्यांच्याशी संवाद साधला. कीमर यांनी त्यांच्या घरातच प्रेसची स्थापना केली होती. ब्रॅडफर्ड यांच्यानंतर ही दुसरी व्यक्ती होती, ज्यांनी फिलाडेल्फिया येथे प्रिंटिंग प्रेस सुरू केली होती. त्यांच्याकडे जुनी मशिन, कंपोजिंगसाठी टाइप आणि अन्य साहित्य होतं.

आता गंमत अशी झाली, की कीमर यांच्याकडेही बेंजामिन यांच्यासाठी काही काम नव्हतं. परंतु बेंजामिन यांची कार्यकुशलता तपासण्यासाठी कीमरनी त्यांना थोडंसं काम दिलं. हा युवक होतकरू आहे आणि आपल्या कामात प्रवीणही आहे, असं त्यांना आढळलं. शिवाय, कीमर यांनी बेंजामिनना काही दिवसांनी काम देण्याचं वचन दिलं, तोपर्यंत ते ब्रॅडफर्ड यांच्याच घरी राहू लागले. त्या काळात ते नियमितपणे ब्रॅडफर्ड यांचं कार्यालयीन कामकाज सांभाळू लागले. त्याचबरोबर इतर कामातही त्यांना साहाय्य करू लागले. कीमर यांनी शब्द दिल्याप्रमाणे थोड्या दिवसांतच बेंजामिन फ्रँकलिन यांना कामावर घेतलं. येथूनच बेंजामिन फ्रँकलिन यांच्या जीवनातील एक नवा अध्याय सुरू झाला. त्यांच्या कठोर परिश्रमांचं सार्थक झालं. ते ज्या उद्देशाने त्यांचं घरदार सोडून बाहेर पडले होते, तो उद्देश साकार होण्याची वेळ आता आली होती.

ब्रॅडफर्ड आणि कीमर या दोन्ही मुद्रकांना पुरेसं व्यावसायिक ज्ञान नाही, हे काही दिवसांतच बेंजामिन यांच्या लक्षात आलं. तसं पाहिलं तर ब्रॅडफर्ड यांनी कुठेही व्यावसायिक शिक्षण घेतलं नव्हतं आणि कीमर यांच्याबाबतीत सांगायचं झालं, तर त्यांचं थोडंफार शिक्षण झालं होतं; परंतु

ते केवळ एक कंपोजिटर होते, त्यांना प्रेसच्या कामाची काहीही माहिती नव्हती. कीमर यांना बेंजामिन यांचं ब्रॅडफर्डच्या घरी राहणं उचित वाटत नव्हतं. कारण आता बेंजामिन हे त्यांचे कर्मचारी होते, त्यामुळे त्यांनी बेंजामिन यांची राहण्याची व्यवस्था मि. रीड यांच्या घरी केली. मि. रीड हे कीमर यांचे घनिष्ठ मित्र होते.

आता बेंजामिन यांचा वेळ अतिशय चांगल्या प्रकारे व्यतीत होऊ लागला. दररोज सकाळी तयार होऊन ते नियमितपणे प्रिंटिंग प्रेसमध्ये जाऊ लागले. दिवसभर प्रिंटिंग प्रेसचं सर्व काम करून संध्याकाळी घरी गेल्यानंतर ते काही वेळ वाचन करत होते. हळूहळू सभोवतालच्या लोकांशी ओळखी होऊ लागल्या आणि त्यांचा जनसंपर्क वाढू लागला. या जनसंपर्कातूनच शहरातील अनेक प्रतिष्ठित आणि मातब्बर लोकांशीही त्यांचा परिचय झाला.

बेंजामिन यांची शिक्षणात रुची असणाऱ्या काही युवकांशीदेखील मैत्री झाली. संध्याकाळचा काही वेळ ते त्यांच्यासमवेत व्यतीत करू लागले. आता परिश्रमातून त्यांना पैसे मिळू लागले आणि त्यातून काही पैशांची बचतही होऊ लागली.

आपल्या वर्तमान स्थितीविषयी त्यांच्या कुटुंबीयांना कोणतीही माहिती कळू नये, अशी बेंजामिन यांची इच्छा होती. ते कॉलिन्स या त्यांच्या जिवलग मित्राशी अधूनमधून पत्रव्यवहाराच्या माध्यमातून संपर्कात होते. खरंतर बेंजामिन कोणत्या शहरात राहत आहेत, काय काम करत आहेत, याची कॉलिन्स यांना इत्थंभूत माहिती होती. परंतु त्यांनी कधीही बेंजामिन यांच्या कुटुंबीयांना ही माहिती दिली नाही. कारण त्यांनी खऱ्या मैत्रीचं नातं जपलं होतं. बेंजामिन यांना कित्येक वेळा घरातील लोकांची आठवण येत असे; परंतु जेम्सच्या छळाला कंटाळून ते स्वतःच घराबाहेर पडून कुटुंबापासून दूर गेले होते. त्या दिवसांची आठवणही कधी काढू नये, अशी त्यांची इच्छा होती.

९
दगा होऊनही आशा कायम

सॅम्युअल कीमरच्या प्रिंटिंग प्रेसमध्ये बेंजामिन यांचं कार्य अतिशय व्यवस्थितरीत्या पार पडत होतं. कीमरदेखील बेंजामिनच्या कामाबद्दल अतिशय खूश होते. त्याचवेळी पेन्सिल्व्हेनियाचे गव्हर्नर विल्यम कीथ यांना बेंजामिनच्या कार्याची माहिती समजली. ते लगेचच कर्नल फ्रेंच यांना सोबत घेऊन बेंजामिनना भेटण्यासाठी कीमरच्या प्रिंटिंग प्रेसमध्ये पोहोचले.

त्या भेटीत विल्यम कीथ यांनी बेंजामिनची खूपच स्तुती केली. ते पाहून नेमकं काय चाललंय हेच बेंजामिन यांना समजलं नाही. त्यांचं बोलणं, वागणं इतकं वेगळं होतं, की बेंजामिनचा त्यावर विश्वासच बसत नव्हता. विल्यम कीथ यांनी मैत्रीचा हात पुढे केला आणि बेंजामिननीदेखील त्याचं सहर्ष स्वागत केलं. विल्यम कीथ यांनी कर्नल फ्रेंच यांच्याशीही बेंजामिनचा परिचय करून दिला आणि मुद्द्याला हात घालत तिथे येण्याचा उद्देश सांगितला, ''बेंजामिन, आजच्या तारखेला फिलाडेल्फियामध्ये उच्चदर्जाचं काम होऊ शकेल अशी एकही प्रिंटिंग प्रेस नाही. या शहरातील एकाही प्रेसचं काम आम्हाला आवडत नाही. तुम्हाला प्रिंटिंग प्रेसच्या कामाची

चांगली माहिती आहे आणि या क्षेत्रातील अनुभवही आहे, त्यामुळे आम्हाला असं वाटतं, की तुम्ही स्वतःची प्रिंटिंग प्रेस उभारावी. आमच्याकडील सर्व सरकारी काम आम्ही तुम्हाला देऊ. या व्यतिरिक्तही जी काही मदत तुम्हाला लागेल, ती आम्ही तुम्हाला पुरवू.''

बेंजामिन यांच्यासाठी ही घटना म्हणजे जणू एक आश्चर्यच होतं. ते अचंबित होऊन म्हणाले, ''माझा विश्वासच बसत नाही, की तुम्ही इतका मोठा प्रस्ताव मला देत आहात. परंतु माझे वडील हा प्रस्ताव मान्य करतील असं मला वाटत नाही.''

''तुम्ही याची काहीच काळजी करू नका. मी त्यांना एक पत्र लिहून तुमची योग्यता आणि प्रिंटिंग प्रेस स्थापन करण्याविषयीच्या सर्व पैलूंची आणि लाभांची माहिती देईन. ही सगळी माहिती समजल्यानंतर ते तुम्हाला नक्कीच काम सुरू करण्याची अनुमती देतील, याची मला पूर्ण खात्री आहे,'' कीथ म्हणाले.

मात्र, इथे बेंजामिन यांच्याकडून एक चूक घडली. ज्या माणसाच्या चारित्र्याबद्दल थोडीशीही माहिती नाही, त्याच्यावर त्यांनी विश्वास ठेवला. त्या दिवशी बेंजामिन यांना विल्यम कीथ यांच्या स्तुतीपर बोलण्याची भुरळ पडली होती. एका अनोळखी माणसावर किती विश्वास ठेवायचा, याचा धडा बेंजामिन यांना विल्यम कीथ यांच्या रूपाने मिळाला.

विल्यम कीथ यांच्या थापांना बळी पडून बेंजामिन आपल्या वडिलांची अनुमती घेण्यासाठी बोस्टनला रवाना झाले. बेंजामिन यांना पाहून जोसाया आणि अबाया अतिशय आनंदी झाले. घरातील सर्वांशी गप्पागोष्टी झाल्यानंतर योग्य वेळ पाहून बेंजामिन यांनी गव्हर्नर विल्यम कीथ यांच्या प्रस्तावावर वडिलांशी सविस्तर चर्चा केली. गव्हर्नर कीथ यांनी लिहिलेलं पत्र त्यांनी वडिलांना दाखवलं आणि आपण स्वतःची प्रिंटिंग प्रेस स्थापन करावी अशी त्यांची इच्छा आहे, हेदेखील त्यांना सांगितलं. जोसाया यांनी कीथ यांचं पत्र काळजीपूर्वक वाचलं.

ते पत्र वाचून जोसाया यांच्या मनात अनेक शंका-कुशंका येऊ लागल्या. प्रिंटिंग प्रेसमध्ये गुंतवलेला सर्व पैसा बुडणार तर नाही ना, अशी भीती त्यांना वाटू लागली. त्यामुळे बेंजामिन यांना प्रिंटिंग प्रेस उभारण्याची अनुमती द्यायला त्यांच्या मनाची तयारी होत नव्हती. शेवटी फिलाडेल्फियाला परत जाऊन पूर्वीप्रमाणेच काम करण्याचा आणि आपल्या आचरणाने लोकांचं मन जिंकत राहण्याचा सल्ला जोसाया यांनी बेंजामिनना दिला. कुणालाही मानसिक त्रास होईल अशा प्रकारचं लेखन करण्यासही त्यांनी मनाई केली. शिवाय, त्यांनी विल्यम कीथ यांनाही उत्तरादाखल पत्र लिहिलं. त्यात त्यांनी बेंजामिन यांच्याबद्दल जी सहानुभूती दाखवली, त्याविषयी आभारही प्रकट केले आणि त्यांना धन्यवादही दिले.

बेंजामिन पुन्हा एकदा बोस्टनहून बाहेर पडले. परंतु या वेळी त्यांच्यासोबत आई-वडिलांचे आशीर्वाद आणि असंख्य शुभेच्छा होत्या. बेंजामिन ज्या जहाजातून प्रवास करत होते, ते न्यूपोर्टहून (Newport) न्यूयॉर्कला जाणार होतं. जाताना त्यांनी न्यूपोर्ट येथे जॉन या मोठ्या भावाची भेट घेतली. संभाषणादरम्यान जॉन यांनी त्यांना सांगितलं, ''पेन्सिल्व्हेनिया इथे राहणाऱ्या वर्नन (Vernon) नावाच्या मनुष्याला त्यांनी काही रुपये उसने दिले आहेत. तू जेव्हा पेन्सिल्व्हेनियाला पोहोचशील, तेव्हा वर्नन यांच्याकडून ते पैसे घेऊन तुझ्याकडे ठेव. ते पुढे कसे आणि कधी मला पाठवायचे, हे मी तुला नंतर सांगेन.''

जॉनचा निरोप घेऊन बेंजामिन न्यूयॉर्कला रवाना झाले. वर्नन यांच्याकडून आपल्या भावाचे पैसे वसूल करून ते फिलाडेल्फियाला पोहोचले. बेंजामिन यांना भावाच्या पैशांतील काही पैसे खर्च करावे लागले. वर्ननकडून घेतलेले पैसे खर्च करणं, ही त्यांच्या जीवनातील सर्वांत मोठी चूक होती, असं बेंजामिन यांचं मत होतं. यावरूनच लहान वयात बेंजामिन यांच्यावर एखाद्या व्यवसायाची जबाबदारी टाकणं योग्य नव्हे, हे जोसाया यांचे विचार चुकीचे नव्हते, हेच सिद्ध झालं.

बेंजामिन यांनी फिलाडेल्फियाला येऊन विल्यम कीथ यांना सर्व वृत्तांत कथन केला आणि तुमचा प्रस्ताव स्वीकारायला वडिलांनी अनुमती दिली नाही, हेदेखील त्यांना सांगितलं. हे ऐकून विल्यम कीथ यांनी त्यांचा प्रस्ताव मागे न घेता उलट ते बेंजामिनना म्हणाले, ''मी माझा निर्णय मागे घेणार नाही. मी तुम्हाला मदत करायला तयार आहे. प्रिंटिंग प्रेससाठी ज्या वस्तूंची आवश्यकता आहे, त्या सर्वांची यादी मला द्या. मी त्या सर्व वस्तू लंडनमधून मागवण्याची व्यवस्था करतो. माझे पैसे जेव्हा तुम्हाला शक्य होतील तेव्हा परत करा.''

कीथ यांचं बोलणं ऐकून बेंजामिन मनोमन खूश झाले आणि त्यांना धन्यवाद देऊ लागले. त्या वेळी विल्यम कीथ हा जगातील सर्वांत विनम्र आणि सज्जन माणूस आहे, असं त्यांना भासू लागलं होतं. मात्र, कीथ यांना जवळून जाणणाऱ्या मित्राला जर या प्रस्तावाची कल्पना दिली असती, तर त्या मित्राने कीथवर विश्वास ठेवू नये, असाच सल्ला बेंजामिनना दिला असता. विल्यम कीथ हा असा माणूस होता, जो सरळ-साध्या लोकांना अगदी आत्मीयतेने वायदे करत असे; परंतु ते तो कधीही पूर्ण करत नसे.

बेंजामिन यांना विल्यम कीथ यांच्या चारित्र्याविषयी कोणतीही माहिती नव्हती. असं असूनही त्यांनी प्रिंटिंग प्रेसचं एक युनिट स्थापन करण्यासाठी लागणाऱ्या सर्व वस्तूंची यादी तयार केली. त्या यादीत प्रिंटिंग मशिन, कंपोजिंगसाठी टाइप, काही उपकरणं, कागद आणि इतर किरकोळ सामान यांचा समावेश होता. या सर्व सामानाची किंमत सुमारे शंभर पाउंड होती. कीथ यांनी यादी पाहून लंडनला जाऊन मशिन आणि इतर सामान खरेदी करण्याचा सल्ला बेंजामिनना दिला, कारण जर बेंजामिन स्वतः खरेदीसाठी गेले, तर त्यांना त्यांच्या आवडीचं सामान खरेदी करता येईल. त्याचसोबत कागद आणि पुस्तक व्यावसायिकांशीही त्यांचे संबंध प्रस्थापित होतील, असं कीथ यांचं मत होतं. बेंजामिन यांनीही लंडनला जाण्यासाठी आनंदाने सहमती दिली.

लंडनला रवाना होण्याचा दिवस जवळ येऊ लागला होता. लंडनला रवाना होण्यापूर्वी तेथील लोकांना काही पत्रं, मशिन आणि इतर सामान खरेदी करण्यासाठी पैसे व इतर आवश्यक कागदपत्रं विशिष्ट दिवशी विल्यम कीथ यांच्याकडून घेण्यासाठी त्यांना भेटण्याचं ठरलं होतं. ठरल्याप्रमाणे बेंजामिन जेव्हा कीथ यांच्या घरी गेले, तेव्हा वेळ न मिळाल्याने कागदपत्रं तयार केली नाहीत, असं त्यांनी सांगितलं. त्याचबरोबर दुसऱ्या दिवशी कागदपत्रं घेऊन जावीत असंही सुचवलं. बेंजामिन दुसऱ्या दिवशी त्यांच्याकडे गेले असता, त्यांनी पुन्हा तेच उत्तर दिलं आणि बेंजामिन यांना परत पाठवलं. अशा प्रकारे हे सत्र असंच कितीतरी दिवस सुरू राहिलं आणि बेंजामिन कीथ यांच्या घरी हेलपाटे घालत राहिले. शेवटी कसाबसा त्यांचा लंडनला जाण्याचा दिवस उजाडला. परंतु त्यांना कीथ यांच्याकडून कागदपत्रं अथवा पैसे या गोष्टी मिळाल्याच नव्हत्या. बेंजामिन त्या दिवशी कीथच्या सचिवांना भेटले, त्या सचिवांनी बेंजामिन यांना जहाजावर जायला सांगितलं. ते जहाज न्यू कॅसल (New Castle) येथे जाऊन थांबेल, त्या वेळी कीथ तुम्हाला तिथे भेटतील आणि सर्व कागदपत्रं देतील असं सांगितलं. मात्र, हे ऐकून बेंजामिन अस्वस्थ झाले, त्यांना काहीच सुचेनासं झालं. नेमकं काय घडतंय हेच त्यांना समजेनासं झालं.

कीथ हेतुपुरस्सर तर असं करत नाहीत ना, अशी शंकेची पालही त्यांच्या मनात चुकचुकली. खरंच तसं करत असतील तर ते का... असे विचार बेंजामिन यांच्या मनात थैमान घालू लागले. काही वेळातच जहाज प्रस्थान करणार होतं. इतक्यात कर्नल फ्रेंच त्यांना दिसले. ते झपाझप पावलं टाकत जहाजाकडे येत होते. त्यांच्या हातात कागदपत्रांनी भरलेली एक बॅग होती. त्यांनी ती बॅग जहाजाच्या कप्तानाकडे सुपूर्द केली. जहाज लंडनला जेव्हा पोहोचलं, तेव्हा कप्तानाने बेंजामिनला कागदपत्रं घेऊन जायला सांगितलं. त्या बॅगेतील ६-७ कागद त्यांच्या कामाचे होते, जे कीथ यांनी दिले होते. बेंजामिन यांनी ते कागद स्वतःच्या बॅगेत जपून ठेवले, त्यानंतर

कुठे त्यांना थोडं हायसं वाटलं. ते २४ डिसेंबर या दिवशी लंडनला पोहोचले.

लंडनला पोहोचल्यानंतर सर्वप्रथम ते एका कागदाच्या व्यापाऱ्याकडे गेले. बेंजामिननी आपला परिचय करून दिला आणि एक कागद त्यांना देऊन ते व्यापाऱ्याला म्हणाले, ''गव्हर्नर विल्यम कीथ यांनी हे पत्र तुमच्यासाठी दिलं आहे.''

हे ऐकून तो व्यापारी म्हणाला, ''मी तर विल्यम कीथ नावाच्या माणसाला ओळखतही नाही.'' ते पत्र उघडून वाचल्यानंतर तो दुकानदार बेंजामिन यांना म्हणाला, ''अरे! हे पत्र तर रिडल्स्डन (Riddlesden) याने लिहिलं आहे, तो तर अतिशय धूर्त माणूस आहे. त्याने अनेकांची फसवणूक केली आहे. तो तर ठकांचाही महाठक आहे. माझा अशा माणसाशी कोणत्याही प्रकारचा संबंध नाही.''

हे ऐकून बेंजामिन यांना धक्काच बसला. त्यानंतर त्यांनी इतर पत्रंही संबंधित दुकानदारांना दिली, त्यावेळी ती पत्रंही कीथ यांनी लिहिली नसल्याचं त्यांना समजलं. हे ऐकून बेंजामिन यांच्या डोळ्यांसमोर अंधार दाटून आला. त्यांच्या हृदयाची धडधड वाढू लागली आणि मनात कीथ यांच्याबद्दल अनेक शंका येऊ लागल्या. या विवंचनेतच ते परत आले आणि डेन्हॅम (Denham) नावाच्या एका व्यापाऱ्याला भेटले. डेन्हॅम त्यांच्यासोबतच जहाजात आले होते. बेंजामिन आणि डेन्हॅम यांची घनिष्ठ मैत्री होती. त्यांनी डेन्हॅम यांच्याशी विल्यम कीथ यांच्याबाबतीत चर्चा केली आणि घडलेला सर्व वृत्तांत त्यांना सांगितला. सर्व हकीगत सांगितल्यानंतर आपली फसवणूक झाल्याचं त्यांच्या लक्षात आलं. जहाजात सहप्रवास केल्यामुळे बेंजामिन हा सज्जन तरुण असून, कीथ या माणसाला तो ओळखू शकला नाही, असं डेन्हॅमना समजलं. कीथ हा भोळ्याभाबड्या लोकांच्या भावनांशी खेळत होता. लोक त्याला एक नंबरचा ठक, धूर्त आणि कपटी माणूस असं संबोधत. तो अतिशय भांडखोर प्रवृत्तीचा माणूस होता, तो लोकांशी धूर्तपणे अनेक खेळी करत असे.

इतर लोकांप्रमाणेच आपणदेखील कीथच्या जाळ्यात अडकलो, यावर बेंजामिन यांचा विश्वासच बसेना. त्यांना कीथकडून अशी अपेक्षा नव्हती. ते जितक्या वेळा कीथला भेटले, तेव्हा ते त्याच्या संभाषणाने, वागणुकीने आणि चारित्र्याने प्रभावित झाले होते. तो बोलताना नेहमी लोककल्याणाच्या गोष्टी करत असे आणि गव्हर्नरच्या नात्याने लोकांच्या गरजांकडेही लक्ष देत असे. परंतु त्याने जो गैरप्रकार केला, त्यामुळे बेंजामिन उद्विग्न झाले होते. डेन्हॅम यांनीदेखील कीथ हा विश्वसनीय माणूस नसून, त्याच्यापासून सावध राहण्याचा सल्ला बेंजामिनना दिला.

त्या वेळी बेंजामिन फ्रँकलिन यांच्या खिशात केवळ दहा पाउंड इतकीच रक्कम शिल्लक होती, तरीदेखील त्यांच्यातील उमेद टिकून होती. **'उद्याची स्वप्नं ही आजची आशा आहे आणि आजची आशा ही येणाऱ्या काळाचं वास्तव आहे,'** असं म्हटलं जातं. मनुष्याच्या जीवनात आशेचं इतकं महत्त्व असूनही लोकांमध्ये एक धारणा प्रबळ आहे, की 'कोणाकडूनही आशा बाळगणं चुकीचं आहे.' कारण जेव्हा एखाद्याच्या आशेचं निराशेत रूपांतर होत, तेव्हा त्याला खूप त्रास होतो. म्हणून आशा बाळगू नये, असं लोक म्हणतात.

'आशा' हा ईश्वरी गुण बेंजामिन यांच्यात होता, त्यामुळेच कीथकडून फसवणूक झाली तरी त्यांनी जराही आशा सोडली नाही, किंवा ते निराश होऊन हातावर हात ठेवून बसूनही राहिले नाहीत. आपल्या जीवनात घडणाऱ्या कित्येक नकारात्मक आणि सकारात्मक घटना खरंतर आपल्या जीवनाला गती देण्यासाठी येतात, ती गती आपल्या विकासाची असते. आता बेंजामिनदेखील विकासपथावर वाटचाल करत होते.

लंडनमध्येच एखाद्या प्रिंटिंग प्रेसमध्ये नोकरी करण्याचा आणि काही नवीन गोष्टी शिकण्याचा सल्ला जहाजात मैत्री झालेल्या डेन्हॅम या माणसाने बेंजामिनना दिला. डेन्हॅम सांगताहेत तेच आपल्या हिताचं आहे, याची बेंजामिनना खात्री पटली आणि त्यांचा प्रयत्न त्या दिशेने सुरू झाला.

१०

लंडनमधील कार्य

विल्यम कीथ यांच्या मदतीने स्वतःची प्रिंटिंग प्रेस उभारण्याचं बेंजामिन यांनी जे स्वप्न पाहिलं होतं, ते पूर्णपणे भंगलं होतं. कीथकडून झालेल्या फसवणुकीने ते पूर्ण हतबल झाले होते. परंतु अल्प काळातच त्यांनी स्वतःला सावरलं आणि मनावर साठलेलं निराशेचं मळभ झटकून टाकलं. इतकंच नव्हे, तर नव्या उमेदीने त्यांनी भावी योजना आखायला सुरुवात केली. लंडनसारख्या शहरात राहणं आणि काम करणं तितकं सोपं नव्हतं. त्यांच्या रॉल्फ नावाच्या एका मित्रानेदेखील लंडनमध्येच स्थायिक होण्याचं ठरवलं होतं. त्या दोघांनी मिळून एक घर भाड्याने घेतलं. रॉल्फ सुशिक्षित आणि बुद्धिमान माणूस होता, त्याच्याकडे लोकांशी प्रभावीपणे संभाषण करण्याची हातोटी होती. बेंजामिन फ्रँकलिन यांनी जवळपासच प्रिंटिंग प्रेसमध्ये नोकरी शोधायला सुरुवात केली. अशातच त्यांची सॅम्युअल पामर (Samuel Palmer) नावाच्या एका माणसाशी भेट झाली. त्यांचं प्रिंटिंग प्रेसचं एक भव्य युनिट होतं. त्या प्रेसमध्ये ४५-५० लोक काम करत होते.

सॅम्युअल पामरच्या प्रिंटिंग प्रेसचं काम अवाढव्य होतं. बेंजामिन

यांना कंपोजिंगमध्ये रुची होती आणि त्यात ते प्रवीणही होते. परंतु इथे त्यांच्याकडे एका धार्मिक पत्रिकेच्या दुसऱ्या आवृत्तीचं काम सोपवण्यात आलं. मात्र, त्यांना त्या पत्रिकेतील काही युक्तिवाद मान्य नव्हते. ती पत्रिका सामान्य जनतेसाठी उपयुक्त नाही, असं त्यांचं मत होतं. त्यामुळे त्यांनी त्या पत्रिकेच्या विरोधात एक छोटंसं पुस्तक लिहून ते छापलं. त्या पुस्तकाचं शीर्षक होतं, 'स्वाधीनता आणि आवश्यकता, सुख आणि दुःख यांचं विवेचन.' त्यांनी ते पुस्तक जेम्स रॉल्फ या त्यांच्या मित्राला समर्पित केलं.

बेंजामिन यांनी अशा प्रकारचं पुस्तक लिहिणं आणि छापणं पामर यांना अजिबात रुचलं नाही. परंतु, या गोष्टीचा अप्रत्यक्षपणे पामर यांना असा लाभ झाला, की बेंजामिनच्या विचारांनी अनेक लोक प्रभावी झाले. साहजिकच लोक त्यांच्या प्रेसची अधिक कदर करू लागले. या दरम्यानच त्यांची अनेक लोकांशी ओळख झाली.

रॉल्फदेखील आपल्या कामाच्या निमित्ताने कित्येक लोकांकडे जात होता. परंतु त्याला काही त्याच्या आवडीची नोकरी मिळाली नाही. शेवटी नोकरीचा नाद सोडून त्याने एक लहानशी शाळा सुरू केली व तो विद्यार्थ्यांना शिकवू लागला. वास्तविक हे काम त्याला त्याच्या लायकीपेक्षा छोटं वाटत होतं, त्यामुळे त्याने स्वतःचं नाव बदलून फ्रँकलिन हे नवीन नाव धारण केलं.

जॉन वॉट्स यांच्यासोबत कार्य

बेंजामिन यांनी पामर यांच्या प्रिंटिंग प्रेसमध्ये साधारणतः वर्षभर काम केलं. आता रॉल्फदेखील त्यांच्यासोबत राहत नव्हता. काही दिवस त्याची पत्रं येत असत; परंतु काही काळानंतर पत्र येणं बंद झालं. त्यानंतर बेंजामिन यांनी पामर यांच्या प्रेसमधील नोकरी सोडली आणि जॉन वॉट्स (John Watts) नावाच्या माणसाच्या प्रिंटिंग प्रेसमध्ये काम करायला सुरुवात केली. ही प्रिंटिंग प्रेस त्या काळातील कित्येक पायाभूत सुविधांनी सुसज्ज

होती आणि पामर यांच्या प्रेसच्या तुलनेत कितीतरी मोठी होती. इथे त्यांनी ड्यूक स्ट्रीट (Duke Street) येथे राहण्यासाठी भाड्याने घर घेतलं.

कर्मचाऱ्यांचं हित

जॉन वॉट्स यांचे बहुसंख्य कर्मचारी दारू पीत होते. बेंजामिन त्या लोकांना दारूऐवजी अन्य चांगल्या पदार्थांचं सेवन करा असं सांगत असत. परंतु त्यांतील काही लोक पक्के दारूडे बनले होते, ते बेंजामिनचं बोलणं ऐकून हसायचे. पामर यांच्याकडे बेंजामिन टाइप कंपोजिंगचं काम करत होते; परंतु इथे ते मशिनवर छपाईचं कामदेखील करत होते. काम करताना कधी कधी दारूड्या कर्मचाऱ्यांशी त्यांचे मतभेदही होत असत, परंतु त्यांनी त्याची पर्वा केली नाही. काही दिवसांतच त्यांना छपाईचं काम सोडून टाइप कंपोजिंगचं काम दिलं गेलं. काही कर्मचाऱ्यांशी त्यांचा वादविवाद सुरूच राहिला. व्यसनाधीन कर्मचारी काही ना काही कारण काढून बेंजामिनना त्रास द्यायचे, त्यांची प्रतिमा डागाळायचे किंवा त्यांच्याकडे पैशांची मागणी करायचे.

बेंजामिननी तेथील स्थिती पाहून एक युक्ती लढवली आणि त्यांनी त्या लोकांना पैसे द्यायला सुरुवात केली. पैसे दिल्यामुळे आपापसांतील मतभेदही निवळले गेले आणि ते लोक बेंजामिन यांचे मित्र बनले. हळूहळू गोडीगुलाबीने बेंजामिननी त्या कर्मचाऱ्यांची दारूच्या व्यसनातून सुटकाही केली. त्यांची बुद्धिमत्ता आणि चातुर्य यांचा इतर कर्मचाऱ्यांवर चांगला प्रभाव पडू लागला. त्याचा परिणाम असा झाला, की इतर लोक बेंजामिनचं अनुकरण करू लागले. दारूसारख्या मादक पदार्थांमध्ये पैसे व्यर्थ न घालवता, ते लोक पैशांचा सदुपयोग करू लागले.

प्रत्येक कर्मचाऱ्याचा स्वभाव वेगवेगळा असतो, त्यांच्याकडून जर सकारात्मक प्रतिसाद मिळवायचा असेल, तर सर्वप्रथम त्यांची मनोदशा समजून घेणं आवश्यक असतं. जोपर्यंत तुम्ही त्यांना समजून घेऊन

त्यांच्याशी संवाद साधणार नाही, तोपर्यंत सर्वांशी चांगले संबंध प्रस्थापित करू शकणार नाही. बेंजामिन प्रेसमधील सर्व कर्मचाऱ्यांशी आत्मीयतेने संभाषण करत. त्यांचं म्हणणं, त्यांच्या समस्या शांतपणे ऐकून घेत आणि त्यावर मित्राप्रमाणे योग्य सल्लाही देत. या गुणांमुळे हळूहळू बेंजामिन सर्व कर्मचाऱ्यांचे लीडर बनले.

जॉन वॉट्सदेखील बेंजामिन यांच्या कामावर अतिशय खूश होते. बेंजामिन यांनी सांगितलेल्या कित्येक गोष्टींचं त्यांनी त्यांच्या जीवनात अनुसरण केलं होतं. बेंजामिन नेहमी आपलं काम आणि कर्मचाऱ्यांच्या हिताचाच विचार करतात, त्याबद्दलच बोलत असतात, हे जॉन वॉट्सना माहीत होतं. त्यामुळे ते बेंजामिन यांचं म्हणणं डोळे बंद करून मान्य करत होते. अशा प्रकारे बेंजामिन फ्रँकलिन जॉन वॉट्सच्या विश्वासाला पात्र ठरले होते.

पाणी पिणारा अमेरिकन

या प्रेसमध्ये बेंजामिन यांना एक नवीन नाव दिल गेलं. ते होतं, 'पाणी पिणारा अमेरिकन.' कारण सर्व मद्यपी लोकांमध्ये बेंजामिन हे एकमेव कर्मचारी होते, जे केवळ पाणी पिऊन कष्टाचं काम करत होते. पेपर बॉक्स एका जागेहून दुसऱ्या जागेवर ठेवायचे असतील, तर तेथील ५० पेक्षा जास्त कर्मचारी केवळ एकच बॉक्स उचलत होते; परंतु बेंजामिन एकाचवेळी दोन बॉक्स उचलून पुढे जात असत. त्यांचं काम पाहून इतर कर्मचारी आश्चर्य व्यक्त करत होते. हा पाणी पिणारा अमेरिकन बिअर पिणाऱ्या कर्मचाऱ्यांपेक्षाही जास्त कणखर आहे, असं सर्व कर्मचाऱ्यांना वाटायचं. शारीरिक कष्टाची कामं करणाऱ्यांनी बिअर पिणं गरजेचं असतं, अशी कर्मचाऱ्यांची धारणा होती. मात्र, बेंजामिन यांनी सर्वांचा हा भ्रम दूर केला.

शारीरिक श्रमाचं कामदेखील सहजपणे कसं करता येऊ शकतं, हे बेंजामिन यांनी प्रेसमधील कर्मचाऱ्यांना शिकवलं. **कष्ट करण्यासाठी कोणत्याही बाह्य नशापानाची आवश्यकता नसते. कामाप्रति निष्ठा,**

कामाचा ध्यास यांतून कामाची प्रेरणा मिळू शकते. हे बेंजामिन यांनी सिद्ध करून दाखवलं. लोकांनी अनुकरण करावं यासाठी बेंजामिन आपल्या कार्यातूनच लोकांना शिकवत होते. कितीही कठीण कार्य असलं, तरी ते करण्यासाठी स्वतः पुढे सरसावत होते. त्यांच्या या सद्गुणांमुळे बेंजामिन सर्वांसाठी एक आदर्श बनू लागले होते.

अशा प्रकारे बेंजामिन यांनी कित्येक महिने तिथे काम केलं. या कालावधीत त्यांनी काही पैसेही साठवले. त्यांचं कंपोजिंगमधील कौशल्य पाहून प्रेसच्या मालकाने त्यांना डिस्पॅचिंगचं काम दिलं. या कामामुळे त्यांना पूर्वीपेक्षा अधिक पैसे मिळू लागले होते, त्यामुळे ते जास्त बचत करू लागले. यादरम्यान त्यांचा डेन्हॅम यांच्याशीदेखील पत्रव्यवहार सुरूच होता. डेन्हॅमसारखा अनुभवी आणि प्रामाणिक मित्र मिळाल्याने ते स्वतःला भाग्यवान समजत होते. एकदा तर त्यांनी बेंजामिनना पेन्सिल्व्हेनियाला परत जाण्याचा सल्ला दिला होता.

बेंजामिनमध्ये लंडन येथे राहून कंटाळून गेल्याची भावना निर्माण झाली होती. फिलाडेल्फियाला परत फिरण्याचे विचार त्यांच्या मनात घिरट्या घालू लागले. ते तिथे जाऊन पूर्वीसारखं आरामाचं आणि मौजमजेचं जीवन जगू इच्छित होते. डेन्हॅमकडून त्यांना तसा एक प्रस्तावही आला होता. बेंजामिन यांनी त्यांच्या फिलाडेल्फियामधील दुकानात लेखापाल पदाची जबाबदारी स्वीकारावी, अशी डेन्हॅम यांची इच्छा होती. यासाठी त्यांनी वर्षाला ५० पाउंड वेतन देण्याची तयारी दर्शवली. परंतु जॉन वॉट्स यांच्या प्रिंटिंग प्रेसमध्ये त्यांना यापेक्षा अधिक वेतन मिळत होतं. काही दिवसांतच त्यांचं वेतन वाढवण्यात येईल आणि त्याचबरोबर त्यांना अन्य व्यापारविषयक गोष्टींचं ज्ञानही मिळेल, असं आश्वासन डेन्हॅम यांनी बेंजामिनना दिलं. इतकंच नव्हे, तर त्यांनी बेंजामिन यांना वेस्ट इंडीजला पाठवण्याचंही प्रलोभन दिलं. सारासार विचार करून बेंजामिनने डेन्हॅम यांचा प्रस्ताव मान्य केला आणि ते फिलाडेल्फियाला परत जाण्याची तयारी करू लागले.

११

फिलाडेल्फियाला परत आले

लंडनमध्ये राहूनदेखील बेंजामिन यांची आर्थिक स्थिती म्हणावी इतकी सुधारली नव्हती. तिथे ते अधिक धनसंग्रह करण्यात यशस्वी झाले नाहीत. परंतु काही विवेकी आणि सुज्ञ लोकांशी संबंध प्रस्थापित करण्यात निश्चितच ते यशस्वी ठरले. यासोबतच त्यांना काही चांगली पुस्तकं वाचायला मिळाली, तसंच प्रिंटिंग प्रेससंबंधित कामाची अधिक माहितीही मिळाली होती. ते पुन्हा एकदा सागरी प्रवास करणार होते. ते ज्या जहाजाने प्रवास करणार होते, त्याचं नाव 'द वर्कशायर' (The Workshire) असं होतं. ते जहाज २३ जुलै १७२६ या दिवशी लंडनहून रवाना झालं. सागरी प्रवासात नेहमी उद्भवणारा त्रास म्हणजे वाईट हवामानामुळे जहाज पुढे जाण्यात अडथळा निर्माण होणं. या प्रवासातही हा व्यत्यय आलाच. प्रतिकूल वातावरणामुळे ते जहाज इंग्लंडच्या खाडीत चार दिवस चकरा मारत राहिलं, त्यानंतर एके ठिकाणी तर जहाज थांबवूनच ठेवावं लागलं.

बरेच दिवस ते जहाज त्याच ठिकाणी थांबून राहिलं, त्यामुळे बेंजामिन यांचा दररोजचा खर्चही वाढत गेला. हिवाळा असल्यामुळे थंडी

जाणवत होती. अन्य लोक दारू वा बिअर पिऊन ऊब अनुभवत होते, परंतु बेंजामिन अशा प्रकारच्या मादक पदार्थांपासून खूप दूर होते. सुमारे वीस दिवस इंग्लंडच्या खाडीत थांबल्यानंतर ते जहाज अटलांटिक महासागरात पोहोचलं आणि मग सर्वांच्या जिवात जीव आला. त्या काळात बेंजामिन आपला गतकाळ आठवू लागले होते. त्यासोबतच भविष्यात नियमितपणे काम करण्याची योजनाही आखू लागले. पुढील काळात अधिकाधिक बचत करता यावी, नाहक खर्चापासून बचाव करता यावा यासाठी त्यांनी योजनाबद्ध रीतीने काम करण्याचं ठरवलं. हे सहजपणे करता यावं म्हणून त्यांनी स्वतःसाठी काही सिद्धांतही बनवले. आता ते विसाव्या वर्षात पदार्पण करणार होते. परिणामी त्यांच्या बौद्धिक गुणांचाही विकास होत होता. त्यांनी डेबोरा यांनादेखील एक पत्र लिहून फिलाडेल्फियाला परत येत असल्याचं कळवलं होतं.

वर्नन यांनी दिलेले पैसे अद्याप त्यांनी जॉनला परत केले नव्हते. जोपर्यंत पूर्वीच्या कर्जातून मुक्त होत नाही, तोपर्यंत अन्य खर्च करणार नाही, असा निश्चय त्यांनी केला होता. पैशांच्या बाबतीत ते आधीपासूनच सतर्क होते, त्यामुळेच भविष्यात त्यांना कधीही पैशांची उणीव जाणवली नाही. 'जे लोक सजग असतात, त्यांच्यावर लक्ष्मी प्रसन्न असते. जे लोक बेपर्वा असतात, त्यांच्यापासून लक्ष्मी नेहमी दूर पळते,' असं म्हटलं जातं. ते पैसे सांभाळूही शकतात आणि त्यांचा उचित उपयोगदेखील करू शकतात, याबद्दलचे पुरावे बेंजामिन फ्रँकलिन यांनी निसर्गाला दिले होते. जो मनुष्य पैशांचा योग्य विनियोग करणं जाणतो, तो आर्थिकदृष्ट्या नेहमी समृद्ध असतो. जसं, बौद्धिक स्तरावर बेंजामिन परिपक्व बनत चालले होते, तसं आता आर्थिक स्तरावरदेखील ते परिपक्वता प्राप्त करू लागले होते.

'मनुष्याने प्रत्येक अवस्थेत सत्य बोलायला हवं आणि आपण ज्या ज्या गोष्टीसाठी वचनबद्ध आहोत, तिचं कटाक्षाने पालन करायला हवं,' असं बेंजामिन यांचं मत होतं. प्रत्येकाने आपलं मन शांत

ठेवायला हवं आणि इतरांकडून शिकण्यासाठी सदैव तत्पर राहायला हवं. आपलं कार्य परिश्रमपूर्वक पूर्ण करायला हवं आणि झटपट श्रीमंत बनण्याचा मोह टाळायला हवा. धीर धरणाऱ्या लोकांनाच घवघवीत यश प्राप्त होतं. कोणत्याही गोष्टीचा खरा आशय इतरांपर्यंत पोहोचवण्यासाठी एखादी विशेष पद्धत अवलंबायला हवी. इतरांच्या दोषांवर नजर न ठेवता त्यांच्या गुणांची प्रशंसा करायला हवी. या सर्व गोष्टी शिकून, त्या रोजच्या जीवनात अंगीकारण्याची प्रतिज्ञा करून, बेंजामिन यांनी स्वतःच्या स्वभावात परिवर्तन घडवण्याचा प्रयत्नही केला.

अशा प्रकारे त्यांच्या जीवनातील एक सागरी प्रवास संपला. ११ ऑक्टोबर, १७२६ या दिवशी 'द वर्कशायर' फिलाडेल्फियाच्या जवळ डेलावेर नदीच्या किनाऱ्यावर येऊन थांबलं. तिथे बेंजामिन जहाजातून सुखरूप उतरले. अशा प्रकारे लंडनमध्ये सुमारे १८ महिने राहून ते फिलाडेल्फियाला परत आले.

बेंजामिन परत येताच डेन्हॅम यांनी फिलाडेल्फियामधील वॉटर स्ट्रीट (Water Street) नावाच्या भागात एक दुकान भाड्याने घेतलं. त्यांनी लंडनहून किराणा सामान मागवून दुकान चालू केलं. त्यांनी बेंजामिनना लेखापालाचं काम दिलं. बेंजामिन यांच्यासाठी हे काम अगदीच वेगळं होतं, परंतु काही दिवसांतच त्यांनी दुकानाचा सर्व हिशेब सांभाळण्यात, सामान खरेदी आणि विक्री करण्यात, ग्राहकांशी बोलण्यात आणि त्यांना संतुष्ट करण्यात प्रावीण्य मिळवलं.

फिलाडेल्फिया आता पूर्वीसारखं शहर राहिलं नव्हतं, ते पूर्णपणे बदललं होतं. विल्यम कीथ तेथील गव्हर्नर नव्हते, त्यांना गव्हर्नरपदावरून हटवण्यात आलं होतं.

बेंजामिन नियमितपणे दुकानात काम करत होते. डेन्हॅमशी तर त्यांचे पूर्वीपासूनच चांगले संबंध होते, परंतु आता ते पूर्वीपेक्षा अधिक मैत्रीपूर्ण

आणि स्नेहपूर्ण होत चालले होते. डेन्हॅमचा बेंजामिनवर पूर्ण विश्वास होता. बेंजामिनना आपल्या व्यवसायातील भागीदार बनवण्याची त्यांची इच्छा होती. सर्व कारभार बेंजामिनकडे सोपवून ते निर्धास्त राहू इच्छित होते.

पण नियतीला जणू काही हे सर्व मान्य नसावं. पाच महिन्यांनंतर डेन्हॅम आजारी पडले. त्याच वेळी बेंजामिनदेखील आजारी पडले. त्यांना हृदयरोगानं जखडलं, ते मृत्यूच्या दाढेत जाता जाता बचावले. मात्र, डेन्हॅमचा आजार अधिकच गंभीर होत गेला आणि त्यातच त्यांचा मृत्यू झाला. त्यांच्या मृत्यूनंतर दुकानाच्या कार्यकारिणीतील सदस्यांनी आपला अधिकार प्रस्थापित केला आणि सर्व साहित्य विकून टाकलं. बेंजामिन पुन्हा एकदा बेरोजगार झाले. होम्स या त्यांच्या बहिणीच्या पतीने त्यांना स्वतःची प्रिंटिंग प्रेस टाकण्याचा सल्ला दिला, परंतु बेंजामिन नोकरी मिळवण्यासाठी कीमरकडे गेले.

कीमर यांच्याकडे व्यवस्थापक

बेंजामिन लंडनहून परत आल्याचं समजलं, तेव्हा चांगल्या वेतनाचं आमिष दाखवून त्यांना नोकरीसाठी बोलावण्याची कीमर यांची इच्छा होती. बेंजामिन यांची व्यवस्थापक म्हणून नेमणूक करण्याचा कीमर यांचा मानस होता. त्यांच्या प्रिंटिंग प्रेस युनिटचा व्याप पूर्वीपेक्षा खूपच वाढला होता, त्यामुळे त्यांनी मोठी जागा भाड्याने घेतली होती, त्यासोबतच एक कागदाचं गोदामदेखील घेतलं होतं.

थोडक्यात सांगायचं तर कीमर यांचा व्यवसाय चांगला चालू लागला होता. त्यांच्या प्रेसमधील कर्मचाऱ्यांची संख्यादेखील वाढली होती. असं असलं तरी त्यांना अनुभवी कर्मचाऱ्यांची उणीवही भासत होती, त्यामुळे बेंजामिननी इतर कर्मचाऱ्यांना प्रेसमधील वेगवेगळ्या कामांतील बारकावे शिकवावेत, अशी कीमर यांची इच्छा होती. तिथे काही नवीन कर्मचारीही होते, ज्यांना प्रेसमधील कामाची कोणतीही माहिती नव्हती. अशा

कर्मचाऱ्यांना प्रशिक्षण देण्याची जबाबदारी बेंजामिनवर सोपवण्यात आली. त्यांत मेरिडिथ (Meridith) नावाचा एक युवक होता, जो समजूतदार, बुद्धिमान आणि अनुभवी वाटत होता. तो एका गावातून कामासाठी तिथे आला होता. परंतु त्याला दारूचं व्यसन होतं, तो खूप दारू पीत असे. एक जॉन नावाचा मुलगा होता, तो नेहमी इतरांशी भांडत राहायचा. तिसरा स्टीव्हनसन पॉट्स (Stevenson Potts) होता, तो कोणत्या तरी गावातून कामाच्या शोधार्थ आला होता. चौथा जॉर्ज वेब (George Webb) होता, तो नेहमी हास्यविनोद करून इतरांना हसवत असे. पाचव्या युवकाचं नाव होतं, डेव्हिड हॅरी (David Harry). बेंजामिन शिष्य असल्याप्रमाणे या सर्वांना काम शिकवत होते. हळूहळू हे सर्व युवक त्यांच्याशी मिळूनमिसळून वागू लागले, तसंच त्यांचा आदरही करू लागले.

कीमरच्या प्रिंटिंग प्रेसमध्ये जुन्या पद्धतीचे टाइप होते. कामाची गुणवत्ता वाढवायची असेल, तर नवे टाइप मागवायला हवेत, असं बेंजामिनचं मत होतं. त्यांनी ते कीमरकडे व्यक्त केलं. परंतु अमेरिकेत एकही टाइप फाउंड्री नव्हती, त्यामुळे इथे टाइप बनवण्याचं काम केलं जात नाही असं त्यांना समजलं. बेंजामिन लंडनला असताना जॉन वॉट्स यांच्याकडे साच्यातून टाइप तयार करण्याचं काम करताना त्यांनी पाहिलं होतं, परंतु इथे ते करणं अतिशय कठीण होतं. तरीदेखील प्रेसच्या कामात अडथळा येऊ नये, म्हणून ते कामचलाऊ टाइप तयार करू लागले. यापूर्वी प्रेसमधील सर्व गोष्टी अस्ताव्यस्त होत्या, त्यांत व्यवस्थितपणा आणून बेंजामिन यांनी काही दिवसांतच कीमरच्या प्रिंटिंग प्रेसचा चेहरामोहराच बदलून टाकला. त्यानंतर कीमर त्यांचं स्टेशनरीचं दुकान सांभाळण्यात व्यग्र झाले.

१२

सद्गुणांचा विस्तार

जन्टो क्लबची स्थापना

कीमर यांच्या प्रिंटिंग प्रेसमध्ये बेंजामिन यांचं कार्य व्यवस्थितपणे सुरू होतं. बेंजामिन यांनी तेथील सर्व कर्मचाऱ्यांना प्रिंटिंग संबंधीची सर्व कामं शिकवली. आता बेंजामिन यांच्या मनात एक क्लब सुरू करण्याचा विचार आला. सतत इतरांच्या हिताचा विचार करणारे बेंजामिन या क्लबच्या माध्यमातून जनतेत सद्गुणांचा विस्तार करू इच्छित होते. आपल्या क्लबचं नाव त्यांनी 'जन्टो' (Junto) असं ठेवलं. ज्याला या क्लबचा सदस्य बनायचं असेल, त्याला हृदयावर हात ठेवून पुढील प्रतिज्ञा करावी लागत असे– *'माझी जन्टोच्या कोणत्याही सदस्याबद्दल नाराजी नाही. मी कोणतंही काम करत असलो, माझा धर्म कोणताही असला, तरीही मी कोणत्याही अवस्थेत अन्य मनुष्याला तुच्छ आणि घृणास्पद दृष्टीने पाहत नाही. मी नेहमी सत्यावर विश्वास ठेवतो आणि मनुष्यमात्राचा मित्र आहे. मी कोणत्याही परिस्थितीत इतरांचं शारीरिक, मानसिक अथवा आर्थिक रूपात कोणतंही नुकसान करत नाही आणि भविष्यातही करणार नाही. मी सतत सत्याची*

कास धरून आणि स्वतःला पक्षपातापासून दूर ठेवत सत्याची साथ देईन आणि जनसामान्यांमध्ये सत्यच फैलावण्याचा प्रयत्न करेन.'

जन्टो क्लबमध्ये प्रारंभी खालील सदस्य होते –

१. बेंजामिन फ्रँकलिन

२. जोसेफ ब्रेन्टॉल (Joseph Breintall) (काव्यप्रेमी आणि करारपत्र लिहिण्यात कुशल)

३. थॉमस गॉडफ्रे (Thomas Godfrey) (गणितज्ञ)

४. निकोलस स्कल (Nicolas Scull) (सर्वेक्षक)

५. विल्यम पारसन्स (William Parsons) (मोची, जो पुढे पेन्सिल्व्हेनियाचा सर्वेक्षक बनला.)

६. विल्यम मौग्रीज (William Mougridge) (बॉक्स बनवण्याचा कुशल कारागीर)

७. ह्यू मेरिडिथ (Huge Meridith)

८. स्टीव्हन्सन पॉट्‌स (Stevenson Potts)

९. जॉर्ज वेब (George Webb)

१०. रॉबर्ट ग्रेस (Robert Grace) (एक धनाढ्य युवक आणि बेंजामिन यांचा मित्र.)

११. विल्यम कोलमन (William Coleman) (एका व्यापाऱ्याचा साहाय्यक, जो पुढे खूप मोठा व्यापारी आणि न्यायाधीश बनला.)

जन्टो क्लबमध्ये सदस्यांसाठी २४ प्रश्न निश्चित केले होते. हे सर्व प्रश्न सगळे सदस्य एकत्र आल्यानंतर वाचले जायचे. मग ज्याला त्या प्रश्नांसंबंधी काही पैलू जाणायचे असतील किंवा त्याविषयी बोलायचं असेल, तर त्यासाठी त्याला थोडा वेळ देण्यात येत असे.

१३ प्रमुख गुण

सदाचारी माणसाला कोणतीही भीती बाळगण्याची आवश्यकता नसते, असं बेंजामिन यांचं प्रामाणिक मत होतं. सदाचाराचा प्रण घेणारा माणूस कुणाचंही अहित करू इच्छित नाही. अशा प्रकारचा मानसिक प्रणच मनुष्याला कोणताही अपराध करण्यापासून रोखू शकतो. **मनुष्याच्या मनात ज्या प्रकारच्या धारणा असतात, त्याच दिशेने त्याचं मन कार्यरत असतं**, असं बेंजामिन फ्रँकलिन यांचं मत होतं. यासाठी त्यांनी पुढील प्रमुख १३ सद्गुणांचा अंगीकार केला-

१. **संतुलन** – कधीही इतकं भोजन करू नका, की तुम्हाला सुस्ती येईल आणि इतकं पाणीही पिऊ नका, ज्याने तुमचं डोकं गरगरू लागेल.

२. **मौन** – इतरांचा आणि स्वतःचा लाभ होईल इतकंच बोलायला हवं. निरर्थक गोष्टींबद्दल बोलण्यापासून नेहमी दूर राहायला हवं.

३. **व्यवस्था** – आपली प्रत्येक वस्तू नेमलेल्या जागेवर ठेवायला हवी आणि आपल्या प्रत्येक कार्यासाठी उचित वेळही द्यायला हवा.

४. **संकल्प** – तुम्ही जे काही कार्य करू इच्छिता, ते पूर्ण करण्याचा संकल्प करा. मात्र असा संकल्प केल्यानंतर कोणत्याही परिस्थितीत ते कार्य अर्धवट सोडू नका.

५. **बचत** – आपले पैसे इतरांच्या आणि स्वतःच्याच भलाईसाठी खर्च करा, याव्यतिरिक्त पैसे नाहक गमावू नका.

६. **उद्योग** – वेळ कधीही व्यर्थ दवडू नका. स्वतःला सतत एखाद्या हितकारक कामात गुंतवा आणि निरुपयोगी कामांपासून दूर राहा.

७. **निष्ठा** – कुणालाही फसवू नका. आपल्या विचारांमध्ये न्यायप्रियता आणि पारदर्शकता राखा. नेहमी विनम्रपणे संवाद साधा.

८. **आंतरिक शुद्धता** – इतरांना लाभ मिळवून देण्याच्या आपल्या

कर्तव्याचं कधीही विस्मरण होऊ देऊ नका. इतरांना त्रास होईल असं कार्य कधीही करू नका. तुमच्याद्वारे जर एखाद्या मनुष्याचा लाभ होत **असेल, तर त्या लाभापासून त्याला वंचित राहू देऊ नका.**

९. **क्षमा –** एखाद्याने तुमचं नुकसान केलं असेल, तर त्याला क्षमा करा.

१०. **स्वच्छता –** आपलं शरीर, कपडे आणि घर कधीही अस्वच्छ ठेवू नका.

११. **शांती –** निरर्थक गोष्टींनी आपल्या मनाचं संतुलन बिघडू देऊ नका. नेहमी शांतता राखा.

१२. **पवित्रता –** आपलं हृदय नेहमी पवित्र राखा आणि कधीही कुणाविषयी वाईट विचार मनात बाळगू नका.

१३. **नम्रता –** येशू आणि सॉक्रेटिस यांचं अनुसरण करा.

आपल्या हातून कोणकोणत्या चुका घडल्या, याबद्दल आत्मनिरीक्षण करता यावं, यासाठी बेंजामिन यांनी वरील प्रत्येक सद्गुण तक्त्यामध्ये मांडले होते. त्यांपैकी एक सद्गुण निवडून ते आठवडाभर त्यावर कार्य करत होते. अशा प्रकारे एका सद्गुणावर ते वर्षातून चार वेळा जोमाने कार्य करत. त्यामुळे आपल्यातील उणिवा ते सहजपणे जाणून घेऊ शकत होते. अर्थात, लगेचच याचे चांगले परिणाम दिसून आले नाहीत. परंतु पुढे या गोष्टीचा त्यांना जो लाभ झाला, त्यामुळे ते अतिशय आनंदी होते.

इतकं परखड आत्मनिरीक्षण करूनही बेंजामिन नम्रता आणि शिस्त हे सद्गुण अंगी बाणवण्यात अयशस्वी ठरले, असं त्यांचं मत होतं. ते दररोज सकाळचा एक ते दीड तास वाचनासाठी राखून ठेवत. या काळात ते अन्य भाषा शिकत आणि त्या भाषेतील साहित्य वाचत. वाचनाव्यतिरिक्त त्यांना बुद्धिबळ खेळण्याची आणि गायनाचीही आवड होती. ते नेहमी गायनाचा सराव करत आणि कधी कधी तर मित्रांसमवेत ते गातही असत. अशा प्रकारे बेंजामिन आपल्यातील गुणांचा विकास करत होते.

१३

कीमर यांच्याशी मतभेद

कीमर यांच्या प्रिंटिंग प्रेसमध्ये नोकरीला लागून बेंजामिन यांना सहा महिने होत आले होते. सर्व नवीन कर्मचारी आता आपापल्या कामांत निपुण बनले होते. आता बेंजामिनला विनाकारण वाजवीपेक्षा जास्त वेतन देण्याची अजिबात आवश्यकता नाही, असं कीमरना वाटू लागलं होतं. त्यांची बेंजामिनबद्दलची आपुलकीदेखील हळूहळू कमी होत चालली होती. एके दिवशी काही तरी थातूरमातूर कारण काढून कीमर बेंजामिन यांना म्हणाले, ''तुम्ही माझ्याकडे जास्त वेतन घेत आहात, पुढच्या महिन्यापासून मी त्यात काही कपात करणार आहे.''

कीमरने बऱ्याच वेळा त्यांना अशा शब्दांची टोचणी दिली. काही तरी बहाणा पुढे करून कीमर बेंजामिन यांच्या कामात उणिवा दाखवू लागले. तुम्ही लक्ष देऊन काम करत नाही, असंही ते म्हणत. कधी कधी तर अगदी किरकोळ चुकांवरून ते बेंजामिन यांचा अपमान करत आणि बऱ्याच गोष्टी त्यांना ऐकवत असत. परंतु बेंजामिन त्यांची प्रत्येक गोष्ट हसण्यावारी नेत आणि धैर्याने हा सर्व प्रकार सहन करत असत. बेंजामिन

यांना लोकव्यवहाराची कला चांगल्या प्रकारे अवगत होती. समोरच्या व्यक्तीला कशा प्रकारे प्रतिक्रिया द्यावी, याची त्यांना उत्तम जाण होती. अन्यथा, एखादा काही गैर बोलण्याचा अवकाश, लगेच लोक सवयीच्या आहारी जाऊन त्याच्यावर तुटून पडतात, चुकीची प्रतिक्रिया देतात, असं चित्र सर्वत्रच मोठ्या प्रमाणात दिसतं. परंतु बेंजामिन यांच्यावर कोणी क्रोधित झालं, तर ते त्या प्रसंगी अनपेक्षित प्रतिसाद देत आणि समोरच्याला विचार करायला भाग पाडत.

जसं, एका शिक्षकांनी गणितात चूक आढळली म्हणून एका मुलाला मारलं, तेव्हा तो मुलगा हसू लागला. हे पाहून ते शिक्षक मुलाला ओरडून म्हणाले, ''अरे नालायका, मी तुला मार देतोय आणि तू हसतोयस?'' हे ऐकून तो मुलगा म्हणाला, ''सर, तुम्हीच तर सांगितलं, की कोणत्याही समस्येला हसत हसत सामोरं गेलं पाहिजे.'' यालाच विपरीत प्रतिसाद, म्हणजे असं वर्तन, जे निराशा, सुस्ती आणि क्रोध दूर पळवून आशा, सर्जनशीलता आणि आनंद या सकारात्मक गोष्टी आकर्षित करतं.

कीमरना आता आपली आवश्यकता नाही, हे बेंजामिन यांना कळून चुकलं होतं. असं असूनही त्यांनी कधीही कीमर यांच्याशी गैरवर्तन केलं नाही. परंतु एके दिवशी अशी काही घटना घडली, की त्यांना कीमरची नोकरी सोडावी लागली. कीमरनी अगदी क्षुल्लक कारणावरून बेंजामिन यांचा सर्वांसमोर घोर अपमान केला. बेंजामिन तो अपमान सहन करू शकले नाहीत आणि तीन महिने करार राहिला असतानाही पर्वा न करता त्यांनी ती नोकरी सोडली.

त्याच दिवशी रात्री मेरिडिथ हे त्यांचे सहकारी त्यांना भेटायला घरी आले. मेरिडिथच्या कीमरसोबतच्या कराराची मुदत संपत आली होती. 'कीमरना बरंच कर्ज झालं असल्याने त्यांचं मानसिक संतुलन बिघडलंय म्हणून ते इतरांशी बोलताना अपशब्द वापरतात. कीमरनी खूप लोकांना

माल उधारीने दिला आहे. पण लोक लवकर पैसे परत करत नाहीत.' अशी सर्व माहिती मेरिडिथ यांनी बेंजामिनना त्या भेटीत दिली. सर्व परिस्थिती लक्षात घेऊन आता पुढे कोणतं पाऊल टाकायचं, यासंबंधी बेंजामिन विचार करू लागले.

मेरिडिथ यांचा भागीदारीचा प्रस्ताव

मेरिडिथ म्हणाले, ''मला जर प्रिंटिंग प्रेसचं सर्व काम जाणणारा एखादा अनुभवी माणूस मिळाला, तर माझे वडील या व्यवसायात गुंतवणूक करायला तयार आहेत. तुम्ही जर मला या कामात मदत केली, तर आपण दोघे मिळून आपलं स्वतःचं प्रिंटिंग प्रेस युनिट उभं करू शकतो. यात आर्थिक भांडवल माझं असेल आणि कामकाजाची जबाबदारी तुमची असेल. यातून मिळणाऱ्या नफ्यात दोघांना समान हिस्सा असेल.''

मेरिडिथचा प्रस्ताव ऐकून, त्यावर साधकबाधक विचार करून बेंजामिन यांनी सहमती दर्शवली.

सुदैवाने त्यावेळी मेरिडिथचे वडील फिलाडेल्फियातच होते. मेरिडिथ आणि बेंजामिन या दोघांनी त्यांची भेट घेतली आणि प्रिंटिंग प्रेस उभारणीसंबंधी त्यांच्याशी विचारविनिमय केला. मेरिडिथ यांचे वडील बेंजामिन फ्रँकलिनना ओळखत होते. बेंजामिन एक सज्जन युवक आहे, हे त्यांना माहीत होतं. कारण मेरिडिथला दारूच्या व्यसनातून बाहेर काढण्यासाठी बेंजामिन यांनी निकरानं प्रयत्न केला होता. या भागीदारीत त्यांना मुलाचं हितही दिसत होतं. आपला मुलगा बेंजामिनच्या संगतीत राहिला तर तो दारूच्या व्यसनापासून पूर्णपणे मुक्त होईल, याची त्यांना खातरी होती, त्यामुळे त्यांनी मोठ्या आनंदाने या भागीदारीला संमती दिली.

मेरिडिथच्या वडिलांनी लंडनहून मागवलेलं प्रिंटिंग प्रेसचं सामान जोपर्यंत येत नाही, तोपर्यंत इतरत्र काही ना काही काम करायला हवं, असा विचार बेंजामिननी केला. त्या वेळी त्यांच्याकडे स्वखर्चासाठी पुरेसे पैसेही

नव्हते. दररोजचा खर्च तर थांबणार नव्हता, म्हणून नोकरी मिळवण्यासाठी ते ब्रॅडफर्ड यांच्याकडेही गेले. परंतु त्यांच्याकडेही काम मिळालं नाही. मग काही दिवस ते नोकरीच्या शोधात फिरत राहिले.

अशातच एके दिवशी कीमरचं पत्र घेऊन एक माणूस त्यांच्याकडे आला. त्यात लिहिलं होतं, 'बेंजामिन, आपल्या दोघांचे खूप जुने संबंध आहेत. किरकोळ गोष्टीमुळे आपल्यातील दीर्घकालीन चांगले संबंध तुटू नयेत, असं मला वाटतं. तुझी तयारी असेल, तर मी आजही तुझी प्रिंटिंग प्रेसमध्ये व्यवस्थापकपदी नेमणूक करायला तयार आहे.'

बेंजामिन यांनी कीमरच्या पत्राविषयी मेरिडिथ आणि अन्य मित्रांशी चर्चा केली. त्याच कालावधीत तेथील सरकारने नव्या नोटा जारी करण्याचं ठरवलं होतं. नवीन नोटा छपाईचं काम मिळवण्यासाठी कीमर प्रयत्नशील होते. परंतु नोटा छापण्यासाठी बेंजामिनसारख्या कुशल आणि अनुभवी माणसाची आवश्यकता होती. बेंजामिनसारखा निपुण कारागीर इतर कुठेही मिळू शकणार नाही, हे कीमरना चांगलं माहीत होतं. बेंजामिनच हे काम योग्य प्रकारे पूर्ण करू शकेल, याची त्यांना पूर्ण खातरी होती, त्यामुळे त्यांनी बेंजामिनला परत बोलावणं पाठवलं होतं. कीमरचा परत कामाला बोलावण्यामागील हेतू बेंजामिनला माहीत होता, परंतु तरीही त्यांनी कीमरचा प्रस्ताव आनंदाने स्वीकारला.

पुन्हा एकदा त्यांनी कीमरच्या प्रिंटिंग प्रेसमध्ये काम सुरू केलं. काही दिवसांतच नोटा छपाईचं कामदेखील कीमरना मिळालं. त्या कामाची सर्व तयारी बेंजामिनच्या देखरेखीखाली होऊ लागली. बेंजामिन यांनी छपाईसाठी सुबक आणि सुंदर टाइप तयार केले आणि एक ब्लॉकदेखील बनवला. नोटा छापण्यासाठी त्याकाळी एक तांब्याचं उपकरण लागत असे, तेदेखील बनवलं गेलं. ही सर्व तयारी पूर्ण झाल्यानंतर बेंजामिन कीमरसोबत बर्लिंगटनला गेले आणि तेथील सरकारी अधिकाऱ्यांसमक्ष नोटा छापण्याचं काम पूर्ण केलं.

सुमारे तीन महिने हे काम चाललं. सरकारला ते काम खूप आवडलं. त्यामुळे त्या कामाची सर्वांनी खूप प्रशंसा केली. कीमरना या कामातून मोठा आर्थिक लाभ झाला. या तीन महिन्यांत बेंजामिन यांचा कित्येक सरकारी उच्चपदस्थांशी परिचय झाला. त्यात न्यायाधीश, परगण्याचे सचिव आणि काही विशिष्ट लोकांचा समावेश होता. बेंजामिन यांच्या स्वभावातील नम्रपणा आणि पुस्तकं वाचून त्यातून मिळवलेलं ज्ञान यामुळे त्यांच्या व्यक्तिमत्त्वाला एक झळाळी आली होती. बेंजामिन फ्रँकलिन कोणत्याही उच्चाधिकाऱ्याशी बोलू लागले, की त्यांच्या बोलण्याने ते लोक मंत्रमुग्ध होत. ते सर्व लोक बेंजामिनचा खूप आदर करत, त्यांच्यासोबत चर्चा करत. इतकंच नव्हे, तर बेंजामिनना घरी बोलावून आपल्या कुटुंबीयांशी आणि नातेवाइकांशी परिचयही करून देत.

सरकारी काम पूर्ण होताच ते फिलाडेल्फियाला परत गेले आणि पूर्वीप्रमाणे कामाला लागले. त्यानंतर काही दिवसांतच मेरिडिथच्या वडिलांनी मागवलेलं प्रिंटिंग प्रेसचं सर्व सामानही आलं. बेंजामिन आणि मेरिडिथ हे दोघं मिळून भागीदारीत नवीन प्रिंटिंग प्रेस उभी करत आहेत, याची कीमरना जराशीही कुणकुण लागू दिली नव्हती. दोघांनीही कीमरच्या नोकरीला रामराम ठोकला.

१४

बेंजामिन आणि मेरिडिथ यांची भागीदारी

बेंजामिन आणि मेरिडिथ यांनी एका बाजारात एक घर भाड्याने घेतलं आणि त्यात प्रिंटिंग प्रेसची स्थापना केली. त्या घराचं वार्षिक भाडं वीस पाउंड होतं. हे घर त्यांच्या आवश्यकतेपेक्षा खूपच मोठं होतं, त्यामुळे त्यांनी त्याचे दोन भाग केले. एका भागात प्रिंटिंग प्रेसचं सर्व सामान ठेवलं आणि दुसरा भाग थॉमस गॉडफ्रे यांना दिला. थॉमस गॉडफ्रे एक गणितज्ञ होते, शिवाय ते कीमर यांच्याकडेही काम करत होते. सर्वप्रथम बेंजामिन आणि मेरिडिथ यांना जे काम मिळालं, त्यात त्यांना पाच शिलिंग्जचा नफा झाला.

बेंजामिन यांचं म्हणणं होतं, 'या पाच शिलिंग्जचं माझ्या जीवनात खूप महत्त्व आहे. ही आमच्या व्यवसायाची पहिली कमाई होती, जे आम्हाला आमची आर्थिक स्थिती बिकट असताना मिळाले. त्यानंतर मिळालेल्या पाच शिलिंग्जपेक्षा या पाच शिलिंग्जने मला खूप मनःशांती लाभली.'

जन्टो क्लबच्या सदस्यांनीदेखील बेंजामिनच्या प्रिंटिंग प्रेसला काम मिळावं यासाठी मदत केली. यादरम्यान त्यांना क्वेकर पंथावरील

एका पुस्तकाच्या छपाईचं काम मिळालं. व्यवसायात जम बसवण्यासाठी सुरुवातीला ते बाजारभावापेक्षाही कमी दरात प्रिंटिंग करून देत. रात्री उशिरापर्यंत ते काम करत आणि दुसऱ्या दिवसाची तयारी करून झोपत असत. त्यांचा कष्टाळूपणा आणि काम करण्याची जिद्द आसपासच्या लोकांनाही समजू लागली.

त्यांचा मेहनती स्वभाव आणि कामाची गुणवत्ता यामुळे हळूहळू त्यांची कीर्ती संपूर्ण शहरात पसरू लागली. 'ते युवक उद्योगी आणि परिश्रमी असल्यामुळे खरोखरच प्रशंसेला पात्र ठरतात,' असे उद्‌गार एका डॉक्टरने त्यांच्याविषयी काढले. ते उद्‌गार कागद आणि स्टेशनरी विकणाऱ्या दुकानदाराने ऐकले. त्यांचं कौतुक ऐकून तो दुकानदार या दोघांना कागद आणि इतर सामान उधार देण्यासाठी तयार झाला. परंतु बेंजामिन यांना उधारीवर माल खरेदी करायचा नव्हता, त्यामुळे त्यांनी दुकानदाराचा माल उधारीवर घेण्यास नकार दिला आणि त्याचे आभार मानले.

वास्तविक माल उधार मिळण्याची संधी न मागता चालून आली होती, तरीदेखील त्यांनी या गोष्टीला नकार दिला. कारण ते आपल्या सिद्धांतांच्या बाबतीत ठाम राहत असत. अगदी लहान वयातच त्यांनी जीवनाचे काही सिद्धांत बनवले होते. स्वतःच्या बळावर काम करणं, दारू न पिणं आणि मांसाहार टाळून शाकाहारी भोजन ग्रहण करणं, अशा काही सिद्धांतांमध्ये पैशांविषयीही एक सिद्धांत होता. आवश्यकता नसताना त्यांनी कधी कुणाकडून कर्ज किंवा उधार सामान घेतलं नाही. या गुणांमुळे त्यांच्याबद्दल सर्वत्र विश्वासार्हता निर्माण झाली होती. त्यामुळे लोक त्यांना मदत करायला मनापासून तयार असत. बेंजामिन यांनीही आपल्या सिद्धांतांमध्ये कधीही तडजोड केली नाही. सर्वांशी असलेली वागणूक, वेळेचा योग्य उपयोग, कामाची योग्य निवड इत्यादी सिद्धांतांमुळे एखाद्या माणसाचं समाजात वजन निर्माण होतं. 'नकली थाटमाट दाखवण्यासाठी मी कधीही कष्टाने मिळवलेली संपत्ती खर्च करणार नाही,' असा सिद्धांत

एखादा तरुण स्वतःसाठी बनवू शकतो. त्यामुळे त्याच्याकडून नेहमी पैशांचा सदुपयोगच होईल. कोणत्याही परिस्थितीत दारू, सिगारेट, गुटखा, तंबाखू इत्यादी आरोग्यासाठी घातक असणाऱ्या पदार्थांची जाहिरात करणार नाही, त्यांचा प्रचार, प्रसार करणार नाही, असा निर्णय एखादी जाहिरात कंपनी घेऊ शकते. अशा प्रकारचे लहानसहान निर्णय पुढे जाऊन मनुष्याच्या जीवनाचे भक्कम सिद्धांत बनतात. बेंजामिन यांनीदेखील आपल्या जीवनात असे काही छोटे छोटे सिद्धांत बनवले होते. शिवाय, आयुष्यभर त्यांनी त्या सिद्धांतांनुसारच वर्तन केलं.

बेंजामिन यांनी प्रिंटिंग प्रेस स्थापन करून आता जवळ-जवळ वर्षभराचा काळ लोटला होता. बेंजामिन यांच्या मनात कितीतरी दिवसांपासून एक वर्तमानपत्र प्रकाशित करण्याचा विचार सुरू होता. त्यावेळी प्रकाशित होणाऱ्या इतर वर्तमानपत्रांपेक्षा वेगळं असं वृत्तपत्र त्यांना फिलाडेल्फियामधून प्रकाशित करायचं होतं आणि ही योजना गुप्त ठेवण्याची त्यांची इच्छा होती. परंतु त्यांच्याकडून याची वाच्यता झालीच आणि जॉर्ज वेब यांच्यामार्फत ती बातमी कीमर यांच्यापर्यंत पोहोचली.

प्रिंटिंग प्रेसचा व्यवसाय सुरू केल्यानंतर बेंजामिन कीमरसाठी मोठे प्रतिस्पर्धी बनले होते. वास्तविक बेंजामिन यांनी त्यांना कधीही प्रतिस्पर्धी मानलं नाही. त्यांनी केवळ स्वतःच्या कामावरच लक्ष केंद्रित केलं आणि ते त्यांचं काम त्यांच्या पद्धतीने करत होते. आपल्यापेक्षा अन्य कोणी अधिक विकास करतोय, अशा गोष्टीने ते कधीही त्रस्त होत नसत. परंतु कीमर यांचं सर्व लक्ष बेंजामिन नवीन काय करणार आहेत, यावरच केंद्रित असायचं. त्यामुळेच बेंजामिन नवीन वर्तमानपत्र प्रकाशित करण्याच्या विचारात आहेत हे समजताच, त्यांनीही स्वतःचं वर्तमानपत्र प्रकाशित करण्याची योजना आखली. वास्तविक कीमर यांनी हा निर्णय घाईगडबडीत घेतला होता. कोणताही साधकबाधक विचार न करता घेतलेल्या निर्णयाने काय घडतं, हे तर आपल्याला माहीतच आहे. बेंजामिनपेक्षा पुढे जाण्याच्या नादात त्यांनी

एक जाहिरात प्रसिद्ध केली, त्यात नवीन वृत्तपत्र प्रकाशित करण्यात येणार असल्याची माहिती होती.

काही दिवसांतच कीमर यांनी 'युनिव्हर्सल इन्स्ट्रक्टर इन ऑल आर्टस अँड सायन्स अँड पेन्सिल्व्हेनिया गॅझेट' (Universal Instructor in all Arts and Sciences and Pennsylvania Gazette) या नावाने स्वतःचं वृत्तपत्र प्रकाशित केलं. कीमरची ही कृती बेंजामिन यांना मूर्खपणाची वाटली, परंतु तरीही त्यांच्या मनात कीमरबद्दल कधीही द्वेषभावना निर्माण झाली नाही, अथवा त्याचा कामावरही काही परिणाम झाला नाही. त्या काळात ब्रॅडफर्ड हेदेखील एक वर्तमानपत्र प्रकाशित करत होते. 'मर्क्यूरी' (Mercury) असं त्या वर्तमानपत्राचं नाव होतं. बेंजामिन यांनी त्यात असे काही लेख लिहायला सुरुवात केली, जे वाचकांच्या पसंतीस उतरू लागले. त्यांचे लेख लोक आवडीने वाचू लागले. काही दिवसांतच बेंजामिन यांनी लिहिलेल्या लेखांना अफाट प्रसिद्धी मिळाली. त्यांनी लिहिलेले लेख 'उद्गार' या शीर्षकाने छापले जाऊ लागले. बेंजामिन यांनी अशा लहानसहान संधींचादेखील चांगलाच लाभ घेतला. जगात सर्वांसाठी सर्वकाही भरपूर आहे, असं त्यांचं मत होतं, त्यामुळेच त्यांनी कीमर अथवा ब्रॅडफर्ड अशा व्यावसायिकांना कधीही प्रतिस्पर्धी मानलं नाही, उलट त्यांना ते सहनिर्माताच मानत होते. आपल्या जीवनाचा हिस्सा बनणारा प्रत्येक जण आपला सहनिर्माताच असतो, त्याच्याकडून आपण आपल्या जीवनातील काही धडे शिकायचे असतात. अशा प्रकारे सर्वांकडून काही ना काही बोध घेऊन बेंजामिन आपल्या जीवनप्रवासात पुढे जात होते.

बेंजामिन यांचं पुस्तक लेखन

काही काळ पेन्सिल्व्हेनियामध्ये कागदी नोटांसंबंधी वादविवाद सुरू होता. इ.स. १७२३मध्ये सरकारकडून १५,००० पाउंडच्या कागदी नोटा चलनात आणल्या गेल्या होत्या. आता त्या नोटा परत घेऊन चलनातून काढून टाकण्याची वेळ येऊन ठेपली होती. या नोटांना लोकांची प्रचंड

मागणी होती; मात्र धनिक लोकांचा अधिक नोटा चलनात आणण्याला कडाडून विरोध होता. न्यूझीलंड आणि दक्षिण केरोलीनामधील नोटांचा भावदेखील खूपच घसरला होता. इ.स. १७२३मध्ये चलनात आणलेल्या नोटांमुळे येथील व्यापार आणि अर्थव्यवस्था यांच्यात चांगलीच सुधारणा झाली होती. चलनात आणलेल्या नोटांविषयी बेंजामिन फ्रँकलिन जन्टो क्लबच्या माध्यमातूनही विचारविनिमय करत होते. कागदी नोटा चलनात आणणं हे जनतेच्या हिताचंच आहे, असं त्यांचं मत होतं.

मार्च, १७२७मध्ये त्यांनी या विषयावर **'कागदी चलनी नोटांचं स्वरूप आणि त्यांची आवश्यकता याचा विनम्र शोध'** (A modest inquiry into the nature and necessity of paper currency) या नावाचं एक पुस्तक लिहिलं. एक तेवीस वर्षांचा तरुण आपल्या घरापासून शेकडो मैल दूर पेन्सिल्व्हेनियासारख्या राज्यात राहून एक पुस्तक लिहितो, ही खरोखरच आश्चर्यकारक घटना होती. त्यांनी या पुस्तकात रुपयाचं स्वरूप, मूल्य अशा अनेक बाबींवर प्रकाश टाकला होता. पुस्तकाच्या शेवटी त्यांनी लिहिलं होतं, 'हे पुस्तक प्रकाशित करण्यामागे सत्याचा शोध घेतला जावा, हा माझा एकमेव उद्देश आहे, त्यामुळे जो कोणी मला यातील त्रुटी दाखवेल, त्यांचा मी आभारीच राहीन.' या पुस्तकाचा जनमानसावर इतका प्रभाव पडला, की नव्या नोटा चलनात आणण्यासाठी सरकारला बेंजामिन यांचं मत विचारात घ्यावंच लागलं. मग त्याचे परिणामही चांगले आले, हे पुढे सिद्ध झालं.

इकडे कीमर यांची व्यावसायिक स्थिती दिवसेंदिवस बिघडत चालली होती. त्यांचा प्रिंटिंग प्रेसचा व्यवसाय चालेनासा झाला होता. इतकंच नव्हे, तर त्यांना त्यांचं वृत्तपत्रदेखील काही दिवस बंद करावं लागलं. दिवसांमागून दिवस जात होते आणि कीमर यांची स्थिती अधिकच डबघाईला येत होती. अखेर परिस्थितीच्या समोर गुडघे टेकून कीमरनी त्यांचं वर्तमानपत्र बेंजामिन आणि मेरिडिथ यांना अतिशय स्वस्त दरात विकलं.

१५
पेन्सिल्व्हेनिया गॅझेट वर्तमानपत्र

बेंजामिन आणि मेरिडिथ यांनी कीमरचं वर्तमानपत्र सुटसुटीत असं छोटं नाव देऊन प्रकाशित करण्याचा विचार केला, त्यामुळे त्यांनी त्या वृत्तपत्राचं 'पेन्सिल्व्हेनिया गॅझेट' असं नामकरण केलं. या वर्तमानपत्राच्या संपादनाची जबाबदारी बेंजामिन यांनी स्वतःकडेच ठेवली. हे वर्तमानपत्र २ ऑक्टोबर, १७२९ या दिवशी नवीन नावाने प्रकाशित करण्यात आलं. पहिल्या अंकासाठी त्यांना केवळ सातच जाहिराती मिळाल्या होत्या. परंतु त्यात एका धार्मिक पुस्तकाची जाहिरात होती, त्यामुळे त्या अंकाला अतिशय चांगला प्रतिसाद मिळाला. या वृत्तपत्राच्या प्रथम आवृत्तीमध्ये संपादकांनी वाचकांसाठी एक विशेष लेख लिहिला होता, तो पुढीलप्रमाणे होता –

'पेन्सिल्व्हेनियामधून सर्वांत चांगलं वर्तमानपत्र प्रकाशित करण्यासाठी बराच काळ लोक प्रयत्नशील होते. म्हणून आजच आम्ही ही जबाबदारी स्वीकारली. परंतु हे वर्तमानपत्र जनताभिमुख होण्यासाठी आम्हाला सर्वांच्या साहाय्याची आवश्यकता आहे. यथावकाश आम्हाला तुमच्याकडून पूर्ण सहकार्य मिळेल, अशी आशा आम्ही बाळगतो. एक

चांगलं वर्तमानपत्र प्रसिद्ध करणं, हे तुम्हाला वाटतं तितकं सोपं काम नक्कीच नाही. यासाठी कित्येक भाषांचं ज्ञान आवश्यक असतं. त्यासोबत लेखनात स्पष्टपणा, प्रभावीपणाही असावा लागतो. शिवाय, भौगोलिक आणि ऐतिहासिक माहिती असणंही अपरिहार्य ठरतं. देश-विदेशांतील चालीरीती आणि प्रथा यांचं उत्तम ज्ञानही असावं लागतं. मात्र, जगात अशा सर्व गोष्टी अवगत असलेले लोक अतिशय दुर्मीळ आहेत. या वर्तमानपत्राचा मालक ज्ञानाची कमतरता तुम्हा लोकांच्या साहाय्याने भरून काढू शकतो. तुम्ही जर वेळोवेळी आमचा उत्साह वाढवत गेलात, तर 'पेन्सिल्व्हेनिया गॅझेट' अधिक मनोरंजक आणि सर्वश्रेष्ठ बनवण्याचा आम्ही पूर्णपणे प्रयत्न करू, याची आम्ही ग्वाही देतो.'

या लेखाद्वारे बेंजामिन यांनी प्रामाणिकपणे आपला हेतू लोकांपर्यंत पोहोचवला आणि लोकांना महत्त्व देऊन त्यांचीच मदत मागितली. यशाच्या शिखराकडे वाटचाल करणाऱ्या बेंजामिनना लोकव्यवहाराची कला चांगल्या प्रकारे अवगत होती. अशा प्रकारचे लेख लिहून त्यांनी कित्येक लोकांचं साहाय्यही मिळवलं. कारण जीवनात यशस्वी होण्यासाठी प्रत्येकाला लोकांच्या मदतीची आणि मार्गदर्शनाची आवश्यकता असते. लोकांना दुःखी करणारा माणूस आपल्या जीवनात अडथळे निर्माण करतो. लोकांकडून साहाय्य हवं असेल, तर सर्वप्रथम लोकांच्या गरजा आणि इच्छा जाणणं आवश्यक असतं. तारतम्य बाळगून विवेकाने कार्य करणाऱ्या यशस्वी लीडरला या गोष्टी माहीत असतात. मानसशास्त्रानुसार लोकांच्या काही मानसिक गरजा (Psychological needs) असतात. आपल्या कार्यातून लोकांना काय मिळणार आहे, त्यांची कोणती गरज पूर्ण होणार आहे हे जाणून, तुम्ही जर त्यांची ती गरज पूर्ण करू शकलात, तर निश्चितच लोक तुम्हाला मदत करायला तयार होतील.

लोकांना या वर्तमानपत्रात काय वाचायला आवडेल? या प्रश्नावर मनन करून बेंजामिन यांनी सुरुवातीला विविध प्रकारच्या जाहिराती,

व्यापारी आणि सामान्य लोकांच्या वेगवेगळ्या सूचना, नोकरीसंबंधीची माहिती अशा बाबींचा समावेश या वर्तमानपत्रात केला. त्याचबरोबर वस्तू हरवली अथवा सापडली, जुन्या वस्तूंची विक्री आणि खरेदी यांविषयीच्या बातम्या छापायला सुरुवात केली. त्याचबरोबर विदेशांतील काही घडामोडी आणि प्रवासवर्णनंही प्रसिद्ध केली. पुढे पेन्सिल्व्हेनिया गॅझेट हे राजकारणाशी संबंधित कार्टून प्रसिद्ध करणारं अमेरिकेतील एकमेव वर्तमानपत्र ठरलं. सर्वप्रथम त्यांनीच याची सुरुवात केली. बेंजामिन यांनी स्वतःच हे कार्टून तयार केलं होतं. अशा नानाविध गोष्टी समाविष्ट केल्यामुळे फिलाडेल्फियामध्ये ते वर्तमानपत्र अधिकाधिक लोकप्रिय होऊ लागलं.

काही काळ आपल्या वर्तमानपत्रात त्यांनी साहित्यविषयक लेखही प्रकाशित केले. त्यानंतर बेंजामिन यांनी त्याला साहित्यातील भिन्न क्षेत्रांच्या चर्चेच्या विषयांचीही जोड दिली. शिवाय, बेंजामिन यांनी स्वतः लिहिलेले लेख चांगली शिकवण देणारे आणि उदात्त विचारांनी भरलेले होते. तात्पर्य, स्थानिक लोकांना प्रेमाचा आणि सौजन्याचा संदेश देण्यात 'पेन्सिल्व्हेनिया गॅझेट'ने एक महत्त्वपूर्ण भूमिका बजावली. कित्येक वेळा बेंजामिन इतरांच्या नावाने असे काही लेख लिहून प्रसिद्ध करत, की ते वाचून लोक त्याविषयी चर्चा करायला उत्सुक असत. अशा लेखांविषयी प्रतिक्रिया लिहायलाही लोक तत्पर असत. याशिवाय वेळोवेळी लिहिलेले मनोरंजनपर लेखदेखील लोकांना त्यांच्या दैनंदिन जीवनापासून काही काळ दूर नेत. काही क्षण का असेना, आपल्या दैनंदिन जीवनातील समस्या विसरून लोक मनोरंजनाच्या दुनियेत रममाण होत असत.

रोजगारविषयक जाहिरातींचे जनक - बेंजामिन

त्याचकाळात बेंजामिन यांना रोजगारासंबंधी जाहिराती छापण्याचा विचार सुचला. त्यावेळी इतर वर्तमानपत्रांतही जाहिराती छापल्या जात होत्या; परंतु त्या छोट्याशा चौकोनात असायच्या, त्यामुळे त्या

जाहिरातींकडे लोकांचं विशेष लक्ष जात नसे. मात्र बेंजामिन यांच्या वृत्तपत्रात या जाहिरातींसोबत हळूहळू चित्रंही छापण्यात येऊ लागली, त्यामुळे रोजगारविषयक या जाहिरातींनी वर्तमानपत्राच्या क्षेत्रात एक क्रांती घडवली. म्हणूनच बेंजामिन यांना रोजगारविषयक जाहिरातींचे जनक असंही संबोधलं जायचं. लोक मालाच्या खरेदी आणि विक्रीसंबंधीच्या जाहिरातींसाठीही बेंजामिन यांच्या वर्तमानपत्राला प्राधान्य देत असत, त्यामुळे कधी कधी जाहिरातींची संख्या इतकी प्रचंड होत असे, की इतर बातम्या छापण्यासाठी खूपच कमी जागा शिल्लक राहत असे. बेंजामिन यांचं वर्तमानपत्र त्या कालखंडात लोकांसाठी अतिशय उपयुक्त ठरू लागलं होतं.

बेंजामिन यांना मिळालं सरकारी काम

बेंजामिन आणि मेरिडिथ यांनी अतिशय छोट्या प्रमाणात प्रिंटिंग प्रेसच्या कार्याची सुरुवात केली होती. परंतु तेथील सगळं कामकाज बेंजामिन यांनाच पाहावं लागत असे. मेरिडिथ केवळ नाममात्र काम करायचा. मदतीसाठी त्यांनी आपल्यासोबत एक नोकरदेखील ठेवला होता, त्यामुळे बेंजामिनवरील आर्थिक ताण वाढू लागला होता. अशा परिस्थितीतही बेंजामिन यांनी वर्नन यांच्याकडून भावाचे जे पैसे घेतले होते, ते हप्त्या-हप्त्याने त्यांनी परत केले. वास्तविक भावाने त्यांच्याकडे पैशांची मागणी केली नव्हती, तरीही आपल्या सिद्धांतांवर ठाम राहणाऱ्या बेंजामिनने त्याचे सर्व पैसे परत दिले.

इकडे मेरिडिथचं दारू पिण्याचं प्रमाण कमी होण्याऐवजी वाढतच चाललं होतं. तसा तो कष्टाळूही नव्हता आणि त्याने कितीतरी लोकांकडून कर्जही घेतलं होतं. मात्र, बेंजामिनना काहीही करून काम वाढवायचं होतं. अचानक त्यांचं लक्ष सरकारी कामांकडे वळलं. फिलाडेल्फियामधील सर्व सरकारी काम ब्रेडफर्डच्या प्रिंटिंग प्रेसमध्येच होत असे. बेंजामिन आणि मेरिडिथ यांनाही अधूनमधून थोडं सरकारी काम मिळायचं; परंतु सरकारी

काम अधिकाधिक मिळावं अशीच त्यांची इच्छा होती.

एकदा असं घडलं, की ब्रेडफर्ड यांनी त्यांच्या वर्तमानपत्रात गव्हर्नरचं भाषण छापलं; पण त्या भाषणात काही त्रुटी राहिल्या आणि तो मजकूर चांगलाही दिसत नव्हता. बेंजामिन यांनी जेव्हा वर्तमानपत्रात छापून आलेलं हे भाषण पाहिलं, तेव्हा एकाएकी हे भाषण आपल्या प्रेसमध्ये छापण्याचा विचार त्यांच्या मनात आला. त्यांनी तो विचार त्वरित अमलात आणून त्याची एक प्रत व्यवस्थापकाला आणि सभेच्या प्रत्येक सदस्याला पाठवली. सर्व सदस्यांना बेंजामिनचं काम खूपच आवडलं. कामातील नीटनेटकेपणा पाहूनच ते एखाद्या सुशिक्षित आणि जाणकार लेखकानेच केलं आहे, हे त्यांना समजलं. ॲन्ड्र्यू हॅमिल्टन हेदेखील त्या सभेचे सदस्य होते. हेच ते हॅमिल्टन, जे बेंजामिन यांना लंडनमध्ये भेटले होते आणि कीथच्या जाळ्यात अडकण्यापासून त्यांना वाचवलं होतं. त्यांच्यामुळे सरकारी काम मिळवणं अतिशय सुकर बनलं. यापुढे सर्व काम बेंजामिन यांनाच द्यायचं, असं सरकारी अधिकाऱ्यांनी ठरवलं.

यानंतर बेंजामिन आणि मेरिडिथ यांना मोठ्या प्रमाणात काम मिळू लागलं. परिणामी त्यांच्या व्यवसायात वाढ झाली. काही दिवसांतच सरकारने नवीन नोटा छापायचं ठरवलं. नोटांच्या छपाईविषयी पुस्तक लिहिल्याने बेंजामिन यांची आधीपासूनच ख्याती निर्माण झाली होती, त्यामुळे बेंजामिन यांनाच नोटा छपाईचं काम देण्याचं ठरलं.

मेरिडिथसोबतची भागीदारी संपुष्टात

आता बेंजामिनला आणखी एका संकटाची चाहूल लागली. दोन वर्षांपूर्वी जेव्हा त्यांनी मेरिडिथसोबत भागीदारीत व्यवसाय सुरू केला होता, तेव्हा प्रिंटिंग प्रेसला लागणारं सर्व साहित्य खरेदी करण्यासाठी मेरिडिथच्या वडिलांनी पैसे दिले होते. खरेदीसाठी त्यांना २०० पाउंड लागणार होते. मात्र ते त्यावेळी केवळ १०० पाउंडच देऊ शकले होते, उरलेले १०० पाउंड देणं

अद्याप बाकी होतं. ही रक्कम बेंजामिन आणि मेरिडिथ यांनी द्यायची होती. मेरिडिथच्या वडिलांनी ज्या व्यापाऱ्याकडून हे सामान मागवलं होतं, तो आता पैशांसाठी तगादा करू लागला होता. पैसे चुकते केले नाहीत, तर कारवाई करण्याची धमकीही त्याने दिली होती.

इकडे मेरिडिथ प्रेसच्या कामात कोणतीही मदत करत नव्हता, त्यामुळे बेंजामिन अतिशय त्रस्त झाले होते. इच्छा असूनही ते मेरिडिथसोबतची भागीदारी तोडू शकत नव्हते. कारण असं केलं तर मेरिडिथच्या वडिलांशी कृतघ्नता केल्यासारखं होईल, असं बेंजामिन यांना वाटत होतं. त्यामुळे ते मेरिडिथला म्हणाले, ''मला असं वाटतं, की तू माझ्यासोबत जे काम सुरू केलं आहे, त्याबाबत तुझे वडील समाधानी नसावेत. कदाचित आपली भागीदारी संपुष्टात आणण्याची त्यांची इच्छा असावी. त्यांची तशी इच्छा असेल तर तू मला स्पष्टपणे तसं सांग. मी माझी भागीदारी काढून टाकतो. त्यानंतर तू एकटाच सर्व व्यवहार सांभाळ.''

बेंजामिनचं म्हणणं ऐकून घेतल्यानंतर मेरिडिथ म्हणाला, ''बेंजामिन असं काहीही नाही. वास्तविक मीच या कामासाठी योग्य नाही, हे मला समजलंय. तुला मदत करायला तर कितीतरी लोक पुढे येतील. प्रिंटिंग प्रेसच्या कर्जाची जबाबदारी तुझ्याकडे घे, माझ्या वडिलांचे १०० पाउंड त्यांना परत कर. माझंही थोडंसं कर्ज आहे, ते अंदाजे ३० पाउंडपर्यंत आहे, तेदेखील तूच देऊन टाक. असं जर तू करू शकलास, तर तूच प्रिंटिंग प्रेसचा मालक बनू शकशील. मी माझी भागीदारी काढून घेतो.''

काही वेळ विचार करून त्यांनी मेरिडिथच्या प्रस्तावाला संमती दर्शवली. त्या वेळी त्यांना विल्यम कॉलमन आणि रॉबर्ट ग्रेस या दोन मित्रांनी आर्थिक मदत केली. ते दोघे जन्टो क्लबचे सदस्यही होते. बेंजामिनने या दोघांकडून प्रत्येकी शंभर पाउंड इतकी रक्कम कर्जाऊ घेतली. त्यातून त्यांनी मेरिडिथ आणि त्याच्या वडिलांचं कर्ज दिलं. ११ मे, १७३२ या दिवशी ते

या कर्जातून पूर्णपणे मुक्त झाले. आता त्या प्रिंटिंग प्रेसची मालकी पूर्णपणे बेंजामिन यांच्याकडे आली.

पुढे काही दिवसांतच त्यांना सरकारकडून नोटा छपाईचं मोठं काम मिळालं आणि त्याबरोबरच त्यांना सरकारकडून इतर कामंही मिळू लागली. इतकं यश मिळूनही ते अथकपणे कष्ट करत राहिले. अल्पावधीतच त्यांनी स्टेशनरी दुकान उघडलं, त्यात दोन-तीन नोकरही ठेवले. स्वतंत्र व्यवसायाचा जम बसवत असतानाच त्यांनी मित्रांचे पैसेही हळूहळू परत केले. अशा रीतीने कठोर परिश्रम आणि नम्रपणा यांच्या बळावर बेंजामिन प्रगतीच्या दिशेने उत्तरोत्तर घोडदौड करू लागले.

१६

ग्रंथालयाची स्थापना

बेंजामिन आता एक अतिशय व्यग्र व्यावसायिक बनले होते. त्यासोबत जन्टो क्लबचंही काम सुरू होतंच. जन्टो क्लबचे एक सदस्य रॉबर्ट ग्रेस यांच्या घरी सर्व सदस्य बैठकीसाठी एकत्र जमत.

क्लबमध्ये सर्व सदस्य एकत्र जमून निरनिराळ्या विषयांवर चर्चा करत. चर्चेदरम्यान जेव्हा आपल्या मताला पुष्टी देण्यासाठी काही पुरावे देण्याची गरज भासत असे, तेव्हा लोक आपल्यासोबत पुस्तकं घेऊन यायचे. परंतु काही वेळा योग्य ते पुस्तक अथवा कागदपत्रं त्वरित उपलब्ध होऊ शकत नसत. ही समस्या उद्भवू नये म्हणून बेंजामिन यांनी यावरही उपाय शोधला. क्लबच्या सदस्यांना आपापली पुस्तकं जन्टो क्लबमध्ये जमा करण्याचं आवाहन केलं. चर्चेच्या वेळी ती पुस्तकं उपयोगी पडावीत, हा त्यामागचा मुख्य उद्देश होता. सर्व सदस्यांना ही कल्पना खूप आवडली, त्यामुळे सर्वांनी त्याला संमती दिली. काही दिवसांतच जन्टो क्लबमध्ये वेगवेगळ्या प्रकारची बरीच पुस्तकं जमा होत गेली.

सर्व सदस्य त्या पुस्तकांचा उपयोग वर्षभर करत राहिले. वर्षाच्या शेवटी पुस्तकांची गणना केली, तेव्हा काही पुस्तकं खराब झाल्याचं आढळलं. त्याचबरोबर ज्यांची काही पुस्तकं होती, ते लोक आपापल्या घरी परत घेऊन गेले होते, हेही समजलं. आता पुन्हा पुस्तकांची उणीव भासू लागली. त्या काळात पुस्तकं खूप महाग होती. सामान्य माणूस तर पुस्तक खरेदी करूच शकत नसे. अशातच बेंजामिनच्या मनात ग्रंथालय स्थापन करण्याचा विचार आला. इ.स. १७३१मध्ये याबाबत त्यांनी पूर्ण योजना आखून ग्रंथालयाची स्थापनादेखील केली. शिवाय, या ग्रंथालयासाठी काही खास नियमही ठरवण्यात आले होते.

तो काळच असा होता, जेव्हा ग्रंथालयाची योजना म्हणजे लोकांच्या दृष्टिकोनातून एक निरर्थक कार्य होतं. कारण पुस्तकांची आवड असणारे लोक जेमतेम बोटांवर मोजण्याइतकेच होते. खरंतर काही लोकांच्या आग्रहामुळेच ग्रंथालयाची स्थापना करण्यात आली आहे, हे बेंजामिननीच सर्वांना सांगितलं. नोव्हेंबर, १७३१पर्यंत त्यांच्याकडे ग्रंथालयाचं सभासदत्व घेण्यासाठी इच्छुक असणाऱ्या एकूण ५० लोकांची नावं आली होती. बेंजामिन यांनी काही विद्वान लोकांच्या मदतीने पुस्तकांची यादी तयार केली. जवळपास ४५ पाउंड रकमेची पुस्तकं आणण्याचं काम लंडनला जाणाऱ्या पीटर कॉलिन्सन (Peter Collinson) नावाच्या माणसावर सोपवण्यात आलं. पीटर यांनी लंडनला पोहोचताच यादीप्रमाणे पुस्तकं खरेदी करून ती जहाजाने रवाना केली. या पुस्तकांबरोबरच पीटरने त्यांच्यातर्फेही काही किमती पुस्तकं ग्रंथालयाला भेटस्वरूपात पाठवली. त्यानंतर पीटर सुमारे ३० वर्षं लंडनहून पुस्तकं पाठवण्याचं काम करत राहिले.

त्याकाळी लंडनहून सामान यायला बरेच दिवस लागत. बेंजामिन यांना ही बाब चांगलीच ठाऊक होती. कारण पूर्वीचा अनुभव त्यांच्या गाठीशी होताच. पुस्तकाचं पहिलं पार्सल आल्यानंतर ते जन्टो क्लबमध्ये ठेवण्यात आलं. पुस्तकं पाहून सर्वांना खूप आनंद झाला. प्रत्येक पुस्तक व्यवस्थित

तपासून ते ग्रंथालयात ठेवलं गेलं. ग्रंथालयाच्या कामासाठी एक कारकून नेमण्यात आला. सभासदांना पुस्तकं घेण्यासाठी आणि परत करण्यासाठी आठवड्यातील एक दिवस ठरवण्यात आला. त्यावेळी जोसेफ ब्रेन्टॉल (Joseph Breintall) नावाच्या जन्टो क्लबच्या सदस्याने ग्रंथालयासाठी आपलं अमूल्य योगदान दिलं, असं सांगितलं जातं. ब्रेन्टॉल यांचे अथक परिश्रम आणि जिद्द यांमुळे ग्रंथलयाची खूपच उन्नती झाली.

बेंजामिन यांच्या ग्रंथालयात हळूहळू पुस्तकांची संख्या वाढल्याने त्यांनी सर्व पुस्तकांची एक सूचीदेखील छापली. हे काम त्यांनी विनामूल्य केलं. इतकंच नव्हे, तर पुढच्या वर्षी त्यांनी ग्रंथालयात कारकुनाचं काम ही केलं आणि त्याचं वेतनही घेतलं नाही. हळूहळू फिलाडेल्फिया आणि त्याच्या आसपासच्या कित्येक शहरांमध्ये अशा ग्रंथालयांची स्थापना होऊ लागली. आता जन्टो क्लबच्या सदस्यांबरोबर इतर लोकही मूल्य जमा करून पुस्तकं घेऊन जात होते. त्यावेळी मोठ्या पुस्तकांसाठी ६ पेन्स आणि इतर पुस्तकांसाठी ४ पेन्स घेतले जात. इ.स. १७६४पर्यंत ग्रंथालयाच्या शेअरचा भाव २० पाउंड झाला होता आणि संपूर्ण ग्रंथालयाचं मूल्यही तपासलं गेलं, ते सुमारे १७०० पाउंड इतकं होतं. हळूहळू पुस्तकांची संख्या वाढत जाऊन इ.स. १७८५पर्यंत तिथे ५४८७ पुस्तकं जमा झाली होती. इ.स. १८६१ मध्ये या ग्रंथालयातील पुस्तकांची संख्या ७०,००० पर्यंत पोहोचली होती. हे अमेरिकेतील एकमेव असं ग्रंथालय आहे, जे त्याकाळी सुरू होऊन आजतागायत सुरूच आहे. पुढील काळातदेखील ते अशाच प्रकारे सुरू राहील.

खरंतर बेंजामिन यांचे अथक परिश्रम, जिद्द आणि त्यांची लोककल्याणाची भावना या ग्रंथालयाच्या उन्नतीसाठी कारणीभूत ठरली. लोकांमध्ये पुस्तकं वाचण्याची आवड निर्माण व्हावी यासाठी त्यांनी वेळोवेळी अनेक बदल, त्याचबरोबर अनेक प्रयोगही केले. परिणामी पुस्तकं वाचून लोकांच्या ज्ञानात भर पडू लागली. शिवाय, या कार्यात बेंजामिन

यांना अनेकांची साथ लाभली, त्यामुळे ते मानसिकरीत्या अधिक कणखर आणि शक्तिशाली बनले.

प्रत्येक मनुष्याला जर एका पुस्तकाची उपमा दिली, तर काही लोकांना वाचून तुम्हाला जीवन जगण्याच्या नव्या आणि उत्तम पद्धती मिळू शकतात. मात्र काही लोकांना वाचून जुन्या आणि दुःखद पद्धतीच मिळतात. बेंजामिन फ्रँकलिन हे एक असं पुस्तक आहे, जे प्रत्येकानेच वाचायला हवं. असं प्रेरणादायी पुस्तक वाचून तुम्ही जीवन जगण्याच्या हजारो पद्धती शिकू शकता. हे पुस्तक वाचून आज प्रत्येक वयोगटातील मनुष्य प्रेरणा, उत्साह, उमेद आणि आत्मविश्वास यांनी ओतप्रोत भरून जाईल. बेंजामिनच्या पुस्तकात लिहिलं आहे, 'मला जो कोणी भेटेल, तो पूर्वीपेक्षा अधिक चांगला बनेल किंवा किमान तो जसा आहे, तसा तरी राहील. मला भेटल्यानंतर कोणीही पूर्वीपेक्षा जास्त वाईट बनू नये. म्हणजेच मला भेटून त्याच्या चेतनेचा स्तर कोणत्याही प्रकारे कमी होऊ नये.' अशा प्रकारे जीवनाच्या मूलभूत सिद्धांतांवर बनलेलं बेंजामिनचं जीवनरूपी पुस्तक उत्तम चारित्र्याचं उत्कृष्ट उदाहरण आहे.

बेंजामिनच्या पुस्तकापासून प्रेरणा घेऊन तुम्ही स्वतःला हा प्रश्न विचारा, 'माझं जीवनरूपी पुस्तक वाचून, लोकांनी कोणत्या प्रकारचं जीवन अंगीकारावं? त्यांनी कोणती प्रेरणा घ्यावी? माझं पुस्तक वाचून लोकांनी कंटाळावं, त्रासून जावं, की जीवन जगण्याची अयोग्य पद्धत शिकावी? भविष्यात मी माझ्या जीवनाद्वारे लोकांना काय शिकवण्यासाठी निमित्त बनावं?'

असे प्रश्न तुमच्यातील सजगता पूर्णपणे वाढवतील. तुम्ही जेव्हा या प्रश्नांची उत्तरं निश्चित कराल, तेव्हा तुमच्या जीवनाला एक प्रभावी दिशा मिळेल.

१७

गरीब रिचर्ड-वार्षिक दिनदर्शिका कॅलेंडर

ग्रंथालयाच्या वाढत्या लोकप्रियतेबरोबरच 'पेन्सिल्व्हेनिया गॅझेट'चा खपही दिवसेंदिवस वाढतच चालला होता. आता बेंजामिनच्या मनात एक नवीनच विचार सुरू झाला. त्याकाळी अमेरिकेत प्रत्येक प्रिंटिंग प्रेसचा मालक स्वतःची वार्षिक दिनदर्शिका प्रकाशित करत असे. त्याचप्रमाणे बेंजामिन यांनीही स्वतःची वार्षिक दिनदर्शिका प्रसिद्ध करायचं ठरवलं. त्यांनी त्या दिनदर्शिकेचं नाव 'गरीब रिचर्ड' असं ठेवलं. गरीब रिचर्ड ही एक अनोखी दिनदर्शिका होती. यात वेगवेगळे किस्से, म्हणी, बोधजनक लेख इत्यादी गोष्टींचा समावेश असे. या सर्व बाबींमध्ये विनोदाला प्राधान्य देण्यात येत असे. या दिनदर्शिकेचं मूल्य ५ पेन्स होतं. पहिल्या वर्षी या दिनदर्शिकेच्या तीन आवृत्त्या प्रकाशित करण्यात आल्या. त्यानंतर या दिनदर्शिकेची मागणी इतकी वाढली, की वर्षाला याच्या १०,००० प्रती छापल्या जाऊ लागल्या.

इ.स. १७५७ मध्ये फ्रेंच युद्धादरम्यान तेथील रहिवाशांवर अधिक प्रमाणात कर आकारला गेल्याने लोकांना तो जाचक वाटू लागला होता. लोकांची मनःस्थिती ओळखून बेंजामिन यांनी प्रस्तावनेच्या रूपात एक

मोठा लेख लिहिला. सर्वांनी मिळून अनावश्यक खर्च कमी करायचं ठरवलं, तर प्रत्येकाला सहजपणे कर भरता येऊ शकेल, हा मुद्दा त्यांनी लेखातून लोकांना पटवून दिला. अशा प्रकारे बेंजामिन यांनी त्यांचं मत एका मार्मिक कथेच्या रूपातून लोकांपर्यंत पोहोचवलं.

त्याकाळी प्रसिद्ध होणाऱ्या अन्य दिनदर्शिकांमध्येही अनेक किस्से, म्हणी, कथा असं साहित्य छापलं जात असे. परंतु 'गरीब रिचर्ड'मध्ये कवितादेखील छापल्या जात. त्या कविता अतिशय विनोदी असायच्या. त्यात एखादी गूढ बाबदेखील सामान्य शब्दांत व्यक्त केली जात असे. ही दिनदर्शिका अशा पद्धतीने तयार केली जात असे, जेणेकरून ती लोकांना सहजपणे घरातील भिंतीवर अडकवता येऊ शकेल.

या दिनदर्शिकेमध्ये ज्या काही खास म्हणी, उक्ती, सुंदर वचनं छापली जात, त्यातील काही पुढीलप्रमाणे आहेत. बेंजामिन स्वतःच यांचे रचयिता आहेत.

१. रिकामी गोणी उभी राहू शकत नाही.

२. नांगर चालवणारा अडाणी नसतो तर जो असभ्य कामं करतो, तो अडाणी असतो.

३. खराब लोखंडापासून चांगला चाकू बनवता येत नाही.

४. मला सांगाल तर मी विसरून जाईन, मला शिकवाल तर मी आठवणीत ठेवीन, मला सामील कराल तर मी शिकेन.

५. अज्ञानी असणं ही तितकी लाजिरवाणी गोष्ट नाही, जितकी शिकण्याची इच्छाच नसणं ही आहे.

६. मित्र बनवण्याचं आणि बदलण्याचं काम संथगतीने करा.

७. तयारी करण्यात अयशस्वी होणं, हे अयशस्वी होण्याची तयारी करण्यासारखंच आहे.

८. काम असं करा, जणू शेकडो वर्षं जगायचं आहे आणि प्रार्थना अशी करा, जणू जीवन उद्यापर्यंतच आहे.

९. आपल्या शत्रूंवर प्रेम करा, कारण ते तुम्हाला तुमच्या चुका दाखवू शकतात.

१०. विवाहापूर्वी स्वतःचे डोळे पूर्णपणे उघडे ठेवा आणि नंतर अर्धे बंद करा.

११. मासे आणि पाहुणे तीन दिवसांनंतर टाकावू बनतात.

१२. गर्दी राक्षसासमान आहे. यात डोकी तर अनेक असतात; परंतु मेंदू एकही नसतो.

वरील म्हणी आणि उक्ती यांमध्ये गहन अर्थ दडलेला आहे. बऱ्याचशा म्हणी बेंजामिन यांनी आपल्या विचारांतून निर्माण केल्या. गरीब रिचर्डच्या प्रकाशनामुळे त्यांना इतका लाभ झाला, की त्यांचं प्रिंटिंग प्रेसचं सर्व कर्ज फिटून गेलं. इतकंच नव्हे तर त्यांच्याकडे बरेच पैसे शिल्लक राहिले, जे त्यांनी विचारपूर्वक साठवून ठेवले.

लवकरच त्यांनी चार्लस्टन (Charlseton) येथेदेखील एक प्रिंटिंग प्रेस युनिट स्थापन केलं. तिथे त्यांनी आपला एक कर्मचारी पाठवून त्याच्यावर त्या प्रिंटिंग प्रेसचा सर्व कारभार सोपवला. हळूहळू त्यांची आर्थिक स्थिती अधिकाधिक भक्कम होत गेली आणि त्यांनी कित्येक शहरांत प्रिंटिंग प्रेसची स्थापना केली. त्या ठिकाणी त्यांनी त्यांच्याकडील चांगले कर्मचारी पाठवले आणि त्यांच्यावर सर्व जबाबदारी सोपवली. बेंजामिन यांनी त्यांच्या कर्मचाऱ्यांना प्रत्येक काम शिकवून अगदी पूर्णपणे तयार केलं होतं. सर्व कर्मचारी विश्वासू होते आणि ते आयुष्यभर बेंजामिनसोबतच कार्य करू इच्छित होते. कारण बेंजामिन हे एक असे लीडर होते, जे विकास साधण्याला प्राधान्य देत. बेंजामिन स्वतः तर विकासपथावर चालू लागले होतेच, याचबरोबर ते आपल्या कर्मचाऱ्यांचादेखील विकास घडवत होते.

बेंजामिन यांनी स्वतःही विश्वासार्हता जपली होती आणि आपल्या

कर्मचाऱ्यांनाही विश्वासार्ह बनवलं होतं. कित्येक वेळा आपण आपलं काम इतरांकडे सोपवत नाही, कारण त्यासाठी आपल्याला बरेच प्रयत्न करावे लागतात, इतरांना प्रशिक्षण देण्यासाठी वेळ द्यावा लागतो, त्यामुळे आपल्याला स्वतःचं काम स्वतःच करणं सोपं वाटतं. आपण स्वतः आपलं काम लवकर आणि योग्य पद्धतीने करू शकतो, असंही आपल्याला वाटत असतं. परंतु असं केल्याने जीवनात कोणतंही सर्जनशील कार्य करण्यासाठी आपल्याला वेळच मिळणार नाही.

बेंजामिनची आपल्या व्यवसायात दिवसेंदिवस उन्नती होत होती. त्यासोबतच ते त्यांच्या कर्मचाऱ्यांनादेखील प्रशिक्षण देऊ लागले होते. एकट्याने सगळा कारभार सांभाळणं आता त्यांना शक्यच नव्हतं. कारण एक माणूस एकाच वेळी सर्व ठिकाणी उपस्थित राहू शकत नाही. यासाठीच त्यांनी आपल्या कर्मचाऱ्यांवर प्रिंटिंग प्रेसचा कार्यभार सोपवून त्यांना जबाबदार बनवलं. सर्वांच्या हिताकडे लक्ष देणाऱ्या लीडरप्रमाणे बेंजामिन यांनीदेखील आपल्या कर्मचाऱ्यांना प्रशिक्षण देण्यासाठी Each One Teach One या तंत्राचा उपयोग केला. याचाच अर्थ, त्यांनी आपल्या व्यवसायाशी संबंधित अगदी छोट्या छोट्या गोष्टीही कर्मचाऱ्यांना शिकवल्या आणि त्यांना प्रगती करण्याची संधी दिली. त्यानंतर ते नवीन कार्य करण्यासाठी मुक्त झाले.

आपल्यासोबत जे लोक आहेत ते शारीरिक, मानसिक, आर्थिक, सामाजिक आणि आध्यात्मिक स्तरावर विकास करत आहेत की नाही, याची जो मनुष्य काळजी घेतो, तोच प्रभावशाली लीडर बनू शकतो. त्यांच्या कर्मचाऱ्यांना वेळोवेळी बेंजामिन यांचं बहुमूल्य मार्गदर्शन मिळत गेलं. त्यामुळेच कर्मचारीवर्ग सहजतया त्याच्यासोबत राहू शकला. कारण त्यातूनच त्यांचा विकास साधला जात होता. बेंजामिन यांनी कामापेक्षाही नेहमी कर्मचाऱ्यालाच महत्त्व दिलं. कर्मचाऱ्यांच्या हितासाठी कितीतरी नियम आणि योजना त्यांनी आखल्या. अशा तऱ्हेने सदैव इतरांच्या कल्याणाचा ध्यास घेणाऱ्या बेंजामिन यांनी स्वतःच्या विचारांनी जगात एक नवी क्रांती घडवली.

१८

बेंजामिन आणि डेबोरा यांचं वैवाहिक जीवन

आता बेंजामिन यांनी आपल्या जीवनात आर्थिक स्थैर्य प्राप्त केल्याने त्यांना कामाची चिंता नव्हती. ते कायम प्रगतीचा एकेक टप्पा ओलांडून पुढे जात होते. दारिद्र्याला त्यांनी कधीच मागे सोडलं होतं. यश त्यांच्या पायांशी लोटांगण घालत होतं. परंतु ते जेव्हा एकटे असायचे, तेव्हा त्यांना त्यांच्या कुटुंबीयांची खूप आठवण येत असे. या आठवणीने ते कधी कधी अतिशय उदास होत. मात्र अद्यापही ते अविवाहित होते, त्यांचं सुख-दुःख वाटून घेणारं कुणीही नव्हतं. हळूहळू त्यांच्या मनात विवाहाचे विचार येऊ लागले. विवाहामुळे त्यांची एकाकीपणाची समस्या दूर होऊन जीवनही अधिक सुकर बनेल, असा विचार त्यांनी केला.

विवाहाच्या विचारात मग्न असणाऱ्या बेंजामिनना आता डेबोराची तीव्रतेने आठवण येऊ लागली. जेव्हा डेबोराला त्यांनी पहिल्यांदा पाहिलं, त्याच वेळी ते मनापासून तिच्या प्रेमात पडले होते. डेबोराला भेटण्यासाठी ते फिलाडेल्फियामधील तिच्या घरी गेले. त्या वेळी डेबोराचा रॉजर्स नावाच्या एका युवकाशी विवाह झाला होता; परंतु तो विवाह यशस्वी होऊ शकला

नाही. कारण डेबोराशी विवाहबद्ध होण्याआधी रॉजर्सचं एक लग्न झालं होतं, ते त्याने डेबोरापासून लपवून ठेवल्याने तिची फसवणूक ती सहन करू शकली नाही. म्हणून ती कायमची आईकडे परत आली.

डेबोरा तेव्हापासून नेहमीच उदास आणि एकाकी राहू लागली. तिचं अंधकारमय जीवन पाहून बेंजामिनचं हृदय कळवळून आलं. ते डेबोराला दिलासा देत म्हणाले, ''काही काळजी करू नकोस. भविष्यात सर्वकाही ठीक होईल.''

एके दिवशी बेंजामिन यांनी मनोमन विचार केला, 'केवळ मीच डेबोराला दुःखातून बाहेर काढू शकतो.' या विचारासरशी ते डेबोराच्या घरी गेले आणि तिच्या आईपुढे डेबोराशी विवाह करण्याचा प्रस्ताव ठेवला. बेंजामिनचं बोलणं ऐकून डेबोराच्या आईने आनंदाने डेबोरा आणि बेंजामिन यांच्या विवाहाला संमती दिली. डेबोराशी विवाह करण्याचा प्रस्ताव सर्वांनाच आवडला. सर्वांनी बेंजामिनने दाखवलेल्या सहानुभूतीचं मनापासून कौतुक केलं. अशा प्रकारे १ सप्टेंबर, १७३० या दिवशी बेंजामिन आणि डेबोरा यांचा विवाह संपन्न झाला.

डेबोराशी विवाह केल्याने बेंजामिनचं जीवन सुखी-समाधानी झालं. डेबोरा एक अत्यंत सुशील, गुणवान, परिश्रमी आणि सरळ स्वभावाची युवती होती. ती घरातील कामं इतक्या तत्परतेने करत असे, की ते पाहून बेंजामिननाही आश्चर्य वाटायचं. ती अतिशय संयमी आणि हसतमुख होती. ते दांपत्य गुण्यागोविंदाने संसार करू लागलं. ते दोघे अत्यंत साधेपणाने जीवन जगू लागले. बेंजामिन आणि डेबोरा या जोडीला प्रत्येकजण शुभेच्छा देत होतं. डेबोरा घरातील कामासोबतच बेंजामिनला व्यावसायिक कामातदेखील मदत करू लागली. बेंजामिनचं स्टेशनरी दुकान सांभाळणं, पुस्तकांची शिलाई करणं, लहानसहान खरेदी करणं अशी कामं ती उत्साहाने करत असे. बेंजामिन एका तीन चाकी गाडीतून सामानाची ने-आण

स्वतः करत. त्यांना त्या कामाची कधीही लाज वाटली नाही. जे काम कष्टपूर्वक आणि प्रामाणिकपणे केलं जातं, तेच काम मोठं असतं. हा त्यांचा कामाबद्दलचा दृष्टिकोन होता.

विवाहानंतर काही वर्षांनी बेंजामिन यांना काही कामानिमित्त परदेशात जायचं होतं. त्या प्रवासाची सर्व तयारी डेबोरानेच केली. त्या वेळी डेबोराने स्वतःच्या हाताने शिवलेला एक पोशाख बेंजामिन यांना सोबत नेण्यासाठी दिला. परदेशात गेल्यानंतर त्यांनी आपल्या विस्तृत वृत्तांतात याचं वर्णन केलं, 'मी माझ्या शरीरावर अगदी डोक्यापासून ते पायापर्यंत जो पोशाख चढवला आहे, तो माझी प्रिय पत्नी डेबोराने स्वतःच्या हाताने शिवून मला दिलाय, याचा मला खूप आनंद आणि सार्थ अभिमानही आहे. खरंतर यापेक्षा अधिक आनंद मला इतर कोणताही पोशाख परिधान करून मिळाला नसता.'

डेबोरा आणि बेंजामिन आपल्या घरातील सर्व कामं स्वतःच करत. त्या कामासाठी त्यांना कधीही कोणत्याही नोकराची आवश्यकता भासली नाही. बेंजामिन स्वतःदेखील अतिशय साधेपणाने आणि युक्ती-प्रयुक्तीने घरातील कामं करत. आता तर एकमेकांच्या सहवासाने दोघांचंही एकाकीपण दूर झालं होतं.

विवाहानंतर दोन वर्षांनी म्हणजेच इ.स. १७३२ मध्ये बेंजामिन यांच्या घरात एका बाळाचं आगमन झालं, त्याचं नाव फ्रान्सिस असं ठेवलं गेलं. सगळं काही सुरळीत चाललं होतं. चार वर्षं अगदी सुखात गेली. परंतु त्यानंतर फ्रान्सिस देवीच्या रोगाने आजारी पडला आणि योग्य औषधोपचार न मिळाल्याने इ.स. १७३६मध्ये त्याचा मृत्यू झाला. आपल्या मुलाच्या मृत्यूने बेंजामिनच्या मनात एक हॉस्पिटल उघडण्याचा विचार आला. इ.स. १७४३मध्ये डेबोराने आणखी एका सुंदर मुलीला जन्म दिला. तिचं नाव 'सारा' असं ठेवण्यात आलं. बेंजामिन प्रेमाने तिला 'सॅली' म्हणत. या दोन मुलांशिवाय बेंजामिन यांना एक अनौरस पुत्रदेखील होता. विल्यम असं

त्याचं नाव होतं. विल्यम बेंजामिनच्या देखरेखीखाली वाढला. त्यांचा हा अनौरस पुत्र पुढे न्यूजर्सीचा गव्हर्नर बनला. तो न्यूजर्सीचा शेवटचाच इमानदार गव्हर्नर ठरला. अमेरिकन क्रांतीदरम्यान त्याला तुरुंगवासही घडला. तो 'द बोर्ड ऑफ असोसिएटेड लॉयलिस्ट' (The Board of Associated Loyalist) नावाच्या पार्टीत सहभागी झाला. ही पार्टी अर्धसैनिकी संघटनेच्या रूपात कार्य करत होती. अल्पावधीतच तो त्या संघटनेचा नेता बनला. ही संघटना आसपासच्या कित्येक शहरांत सक्रिय होती. ब्रिटिश सरकारकडून त्यांच्या आधिपत्याखाली असणाऱ्या देशांशी सुरू असलेल्या अन्याय्य वर्तनामुळे पिता-पुत्रात मतभेद निर्माण झाले. परिणामी दोघांच्या नात्यात वितुष्ट आलं आणि विल्यमने पित्याशी संबंध तोडून टाकले. परंतु बेंजामिन यांची मुलगी सारा ही अखेरपर्यंत त्यांच्यासोबत राहिली.

पोस्ट ऑफिसच्या तिकीटवर बेंजामिन फ्रँकलिन यांचे चित्र

खंड ३
सामाजिक आणि राजनैतिक जीवनदर्शन

१९

जनरल असेंब्लीमध्ये नियुक्ती

बेंजामिन यांनी मिळवलेल्या व्यावसायिक यशामुळे आणि त्यांच्या सद्गुणांमुळे त्यांची गणना आता शहरातील प्रतिष्ठित लोकांमध्ये होऊ लागली. प्रिंटिंग प्रेसचा व्यवसाय सुरू करून आता कितीतरी वर्षं झाली होती. आता ते शहरातील सर्व उच्चपदस्थ व्यक्ती आणि सरकारी अधिकारीवर्गाला परिचित झाले होते. त्यांना शहरातील प्रथम श्रेणीच्या लोकांमध्ये स्थान दिलं जाऊ लागलं.

असेंब्लीमध्ये क्लर्क

आता बेंजामिन यांच्या जीवनात सर्वांत महत्त्वपूर्ण पदोन्नतीचा दिवस आला. इ.स. १७३६मध्ये त्यांची शहराच्या जनरल असेंब्लीमध्ये क्लर्क म्हणून नियुक्ती करण्यात आली. त्यांच्यासाठी हा एक मोठा बहुमान होता. विरोधी पक्षातील कोणत्याही सदस्याने त्यांच्या नेमणुकीला विरोध दर्शवला नाही, त्यामुळे त्यांची सर्व सदस्यांच्या संमतीने विनाव्यत्यय या पदावर नियुक्ती करण्यात आली होती. वास्तविक त्याकाळी या पदासाठी वेतन

काही खास नव्हतं. परंतु व्यावसायिकदृष्ट्या या पदाचा त्यांना चांगला लाभ झाला. एकतर सर्व सरकारी कामं त्यांना मिळू लागली आणि दुसरी महत्त्वाची गोष्ट म्हणजे मोठमोठ्या सरकारी अधिकाऱ्यांशी त्यांची ओळख झाली.

त्यांनी केलेल्या वर्षभराच्या कामगिरीमुळे अधिकारीवर्गावर आणि जनतेवर त्यांचा इतका प्रभाव पडला, की दुसऱ्या वर्षीही पुन्हा त्याच पदावर त्यांची नियुक्ती करण्यात आली. या वेळी फक्त एका सदस्याने त्यांच्या विरोधात मत नोंदवलं. परंतु बहुमत बेंजामिन यांच्या बाजूनेच असल्यामुळे त्यांचीच नेमणूक झाली.

एखाद्या विरोधकाला आपलंसं करायचं असेल तर त्याला थोडा मान द्यायला हवा आणि त्याचे आभारही मानायला हवेत, असं बेंजामिन यांचं मत होतं. प्रेमानेच तिरस्कार दूर करता येतो, यावर त्यांचा ठाम विश्वास होता. तसंही बेंजामिन आणि त्या विरोधी मनुष्यात शत्रुत्व असं नव्हतंच. आता निवडणूक म्हटली तर एकाचा विजय आणि दुसऱ्याचा पराभव होणारच, परंतु त्यामुळेच दोघांमध्ये संवाद होत नसे. असेंब्लीच्या निवडणुकीमध्ये त्यांच्या विरोधात उभा राहिलेला उमेदवार हा एक प्रतिभाशाली आणि समृद्ध माणूस होता. असेंब्लीमध्ये त्याचा चांगला प्रभाव होता. जो आपल्यापेक्षा दोन पावलं पुढे आहे किंवा गुणांच्या बाबतीत (पैशाने नव्हे) आपल्या बरोबरीचा आहे, त्याच्याशीच मैत्री करावी. बेंजामिन त्यांच्या प्रतिस्पर्ध्याचे गुण चांगल्या प्रकारे जाणत होते, त्यामुळेच त्यांनी त्या माणसाशी मैत्री करायचं ठरवलं. त्यासाठी त्यांनी त्याला एक दुर्मीळ पुस्तक मागितलं, जे त्याच्या ग्रंथालयात उपलब्ध होतं. त्या मनुष्याकडे पुस्तकांचा मोठा संग्रह आहे, हे बेंजामिनना ठाऊक होतं. बेंजामिन यांनी त्या माणसाकडे पुस्तकाची याचना अशा प्रकारे केली, की पुस्तक देण्याची त्याची इच्छा नसतानाही तो नकार देऊ शकला नाही. बेंजामिन यांच्या संवादातच अशी जादू होती, ज्यायोगे त्या माणसाने लगेचच ते पुस्तक आणून त्यांना दिलं. बेंजामिन यांनी काही दिवसांतच ते पुस्तक वाचून परत केलं आणि त्यासोबतच आभार प्रदर्शित

करणारं एक पत्रही दिलं. परिणामी पुढे जेव्हा तो मनुष्य असेंब्लीमध्ये भेटत असे, तेव्हा तो बेंजामिनशी अतिशय आदराने बोलत असे. हळूहळू बेंजामिन यांच्या स्वभावातील वैशिष्ट्यंही त्या माणसाला समजू लागली, त्यामुळे त्यांच्यातील आकस दूर होऊन घनिष्ट मैत्रीत त्याचं रूपांतर झालं आणि ते एकमेकांचे चांगले मित्र बनले, तिरस्काराची जागा प्रेम आणि मैत्रीने घेतली. त्यानंतर तो प्रत्येक बाबतीत बेंजामिन यांना मदत करण्यासाठी तत्पर राहू लागला. यातूनच बेंजामिन यांच्या चारित्र्यातील एक नवा पैलू समोर येतो. आपल्या विरोधकाला, शत्रूलाही मित्र बनवण्याची कला त्यांना अवगत होती. बेंजामिन त्यांच्या विरोधकांवरही प्रेम करू शकले, त्यांच्याशी मैत्री करू शकले, कारण ते स्वतःच प्रेमाने ओतप्रोत भरलेले होते.

उप डाक-महाअधीक्षक पदावर नियुक्ती

इ.स. १७३७मध्ये बेंजामिन यांना व्हर्जिनियामध्ये उप डाक-महाअधीक्षक हे पद देण्यात आलं. वास्तवात हे पद त्यांच्यासाठी अतिशय महत्त्वाचं ठरलं. या पदावर राहून ते आपला प्रिंटिंग प्रेसचा व्यवसायही मोठ्या प्रमाणात वाढवू शकले. त्यातून त्यांना खूप लाभ झाला. या पदाशी निगडित पत्रव्यवहारामुळे त्यांच्या वर्तमानपत्राला चांगलीच मदत झाली. इतकंच नव्हे, तर त्यांना असंख्य जाहिरातीही मिळू लागल्या.

सार्वजनिक विषयांवर कार्य

आता हळूहळू बेंजामिन यांनी जनतेच्या हिताविषयी आणि सार्वजनिक विषयांवर विचार करायला आणि कार्य करायला प्रारंभ केला. त्यांच्या प्रत्येक कार्यामागे लोकहिताचाच विचार होता, त्यामुळे त्यांचं प्रत्येक कार्य अवैयक्तिक बनत असे. दैनंदिन जीवनातील आपलं प्रत्येक कार्यही असंच अवैयक्तिक बनू शकतं. जसं - भोजन करणं, झोप घेणं, व्यायाम करणं इत्यादी क्रिया अवैयक्तिक बनू शकतात. यातून प्राप्त होणारी शारीरिक आणि मानसिक सुदृढता केवळ माझ्याच कामाला येणार नाही, तर

इतरांच्या मदतीसाठीही निमित्त बनेल, असा विचार करायला हवा. आपलं कर्म अवैयक्तिक बनण्यासाठी इतरांच्या हिताचीही त्याला जोड द्या.

बेंजामिन नेहमी इतरांच्या हिताचाच विचार करत असत, त्यासाठी त्यांनी वेगवेगळी कार्यं केली. उदाहरणार्थ, त्यांनी शहरातील गल्लोगल्ल्यांमध्ये रात्रीच्या वेळी पहारेकरी नेमले आणि गस्त घालण्याचं काम सुरू केलं. त्याकाळी आगीमुळे कित्येक घरं आणि इमारतींचं खूप नुकसान होत असे. हे नुकसान टाळण्यासाठी त्यांनी कितीतरी संशोधन केलं आणि त्यानुसार काही प्रस्तावही तयार केले. पुढे जाऊन त्यांनी आग विझवण्याचं काम करू शकेल अशी संघटना निर्माण करण्याची योजना आखली. त्या योजनेनुसार आग विझवण्याच्या संघटनेच्या स्वरूपात एक कंपनी निर्माण केली. त्या कंपनीत कित्येक लोकांची नियुक्तीदेखील करण्यात आली. बेंजामिन यांचं आत्मचरित्र लिहिण्याचं काम सुरू होतं, त्यादरम्यान ही कंपनी स्थापित होऊन ५० वर्षं पूर्ण झाली होती. तोपर्यंत ती 'युनियन फायर कंपनी' (Union Fire Company) या नावाने अस्तित्वात आली होती.

बेंजामिन फ्रँकलिन ज्या समस्येशी निगडित काम करायचे अथवा काम करण्याची योजना आखत, त्याविषयी ते जन्टो क्लबच्या सदस्यांशी चर्चा करत. त्यामुळे अधिकाधिक लोकांची मतं समजून त्यांच्याकडून कोणती मदत घेता येईल, हेही त्यांना समजत असे. त्याचप्रमाणे संबंधित योजनेचे चांगले-वाईट परिणामही समोर येत होते. अशा प्रकारे जन्टो क्लबच्या सदस्यांचादेखील अवैयक्तिक कार्यात मोठा सहभाग असे.

प्रिंटिंग प्रेसच्या कामातून सुटका

बेंजामिन यांची आर्थिक स्थिती इतकी भक्कम झाली होती, की कोणतंही काम न करता ते त्यांच्या कुटुंबाचा खर्च भागवू शकले असते. प्रिंटिंग प्रेसचा व्यवसाय सुरू करून आता २० वर्षं पूर्ण झाली होती. आता

त्यांचं वय ४२ वर्षं होतं. याकाळात त्यांच्याकडे आपल्या व्यवसायाव्यतिरिक्त दोन सरकारी पदंही होती, त्यांचं वेतन जवळपास १५० पाउंड होतं. या वीस वर्षांत त्यांनी बरीचशी संपत्ती मिळवली होती. जमीनजुमलाही इतका होता, की त्यांच्याकडे कोणत्याच गोष्टीची उणीव नव्हती. एकूणच त्यांचं जीवन आनंदात व्यतीत होऊ लागलं होतं.

मागील काही वर्षांपासून त्यांचं मन जनकल्याण, सार्वजनिक सेवा आणि नवनवीन संशोधनांकडे धाव घेऊ लागलं होतं. विजेसंबंधित प्रयोगांनी त्यांना एक नवीन दिशा मिळाली होती. पुढील जीवन अध्ययनात व्यतीत करण्याची त्यांची इच्छा होती. त्यांच्या मनात जे विचार सुरू होते, ते कार्यान्वित करून त्याचे लोककल्याणकारी परिणाम समोर यावेत, असं त्यांना वाटत असे. आता प्रिंटिंग व्यवसाय बंद करून आपला अधिकाधिक वेळ नवीन संशोधनात व्यतीत करण्याची त्यांची मनीषा होती. या विचारानेच त्यांनी एके दिवशी आपल्या प्रिंटिंग प्रेसचा मॅनेजर डेव्हिड हॉल (David Hall) याला बोलावलं आणि त्याच्याकडे आपली इच्छा प्रकट केली. बेंजामिन यांनी आपल्या प्रिंटिंग प्रेसचा मालकी हक्क डेव्हिड हॉलकडे सोपवण्याची इच्छा दर्शवली. त्या बदल्यात डेव्हिड हॉल त्यांना पुढील १८ वर्षं दरवर्षी १००० पाउंड रक्कम देत राहील, मग १८ वर्षांनंतर डेव्हिड हॉल कायदेशीररीत्या त्या प्रिंटिंग प्रेसचा मालक बनेल. पण तोपर्यंत बेंजामिन पेन्सिल्व्हेनिया गॅझेट आणि गरीब रिचर्ड यांच्या प्रकाशनात त्याला मदत करत राहतील, असा करार त्या दोघांमध्ये झाला. या करारामुळे बेंजामिन मोठ्या तणावातून मुक्त झाले. त्यानंतर त्यांचा वेळ ते अध्ययन करण्यात आणि सामाजिक कार्यांत खर्च करू लागले.

प्रिंटिंगच्या व्यवसायातून मुक्त झाल्यानंतर बेंजामिन यांना काम करण्यासाठी अधिक वेळ मिळू लागला, त्यामुळे प्रत्येक सरकारी विभागात त्यांना काम दिलं गेलं. गव्हर्नरने त्यांना 'शांती स्थापना आयोगाचं' सदस्यत्व बहाल केलं. शहराच्या महानगरपालिकेने त्यांची सदस्यपदी निवड

केली आणि काही दिवसांतच त्यांना 'एल्डरमॅन'देखील बनवलं. पुढील निवडणुकीमध्ये त्यांची असेंब्लीच्या सदस्यपदी निवड झाली. या पदाने बेंजामिन अतिशय आनंदी झाले, कारण असेंब्लीमध्ये ते ते क्लर्क म्हणून आधीपासूनच कार्यरत होते; पण आता असेंब्ली सदस्यच बनल्याने पूर्वीच्या कार्याचा त्यांना चांगलाच उपयोग होणार होता.

बेंजामिन यांनी न्यायाधीश म्हणूनही कार्य केलं होतं. परंतु या कामासाठी जितकं ज्ञान आवश्यक आहे, तितकं त्यांच्याकडे नाही, हे काही खटले चालवल्यानंतर त्यांच्या लक्षात आलं. त्यामुळे हळूहळू ते न्यायाधीश पदापासून दूर झाले आणि असेंब्ली सदस्य असल्यामुळे त्याच्याशी संबंधित कार्य करू लागले. त्यावेळी सार्वजनिक जीवनात त्यांची इतकी पत होती, की लागोपाठ दहा वर्षं, प्रत्येक वर्षी ते असेंब्लीमध्ये सदस्य म्हणून निवडून गेले. शिवाय, त्यासाठी त्यांना एकदाही मतदारांकडे मताची याचना करावी लागली नाही.

वरील सर्व बाबींचा साकल्याने विचार केल्यानंतर, बेंजामिन यांचं जीवन 'अवैयक्तिक जीवन जगण्याचं' सर्वांत चांगलं उदाहरण आहे, असं आपल्या लक्षात येतं. एक मनुष्य स्वतःचा विकास करून आपलं जीवन लोकहितासाठी, देशसेवेसाठी कसं उपयोगात आणू शकतो, ही शिकवण आपल्याला बेंजामिन फ्रँकलिन यांच्या जीवनातून मिळते.

२०
बेंजामिन यांची युद्धनीती

बेंजामिन यांचे उच्चविचार लोकांमध्ये नेहमी जागृतीची भावना निर्माण करत होते. मग एक वेळ अशी आली, की 'पेन्सिल्व्हेनिया गॅझेट' संपूर्ण देशात प्रथम क्रमांकाचं वृत्तपत्र बनलं होतं. 'गरीब रिचर्ड' दिनदर्शिकेतदेखील दरवर्षी नावीन्यपूर्ण विचार आणि प्रयोग यांचा समावेश असे, त्यामुळे त्याला परदेशांतूनही मागणी येऊ लागली. इकडे बेंजामिन सामाजिक कार्यात अधिकाधिक व्यग्र होऊ लागले. आता त्यांना विविध ठिकाणी व्याख्यान देण्यासाठी आमंत्रित करण्यात येऊ लागलं. सरकारी, निमसरकारी आणि गैरसरकारी अशा कित्येक कामांमध्ये त्यांचं मत विचारलं जाऊ लागलं.

इ.स. १७४० ते १७४८ यादरम्यान संपूर्ण युरोप युद्धाच्या आगीत होरपळला जात होता. बोस्टनमध्ये राहत असलेले बेंजामिनचे आई-वडीलही अतिशय त्रासून गेले होते. त्यांच्यासाठी तो काळ अतिशय खडतर ठरला होता. वय वाढल्याने शरीरही जर्जर झालं होतं, ते व्यवस्थित चालूही शकत नव्हते. ते सतत व्याधिग्रस्त असायचे. बेंजामिन त्यांच्याशी पत्रव्यवहाराच्या माध्यमातून संपर्क साधायचे; परंतु बेंजामिन यांचे वडील

जास्त दिवस जगू शकले नाहीत आणि १६ जानेवारी, १७४५ या दिवशी त्यांची प्राणज्योत मालवली.

युद्धाची तयारी

इ.स. १७४६मध्ये बेंजामिन बोस्टनला गेले. बोस्टन शहरातील लोक युद्धाची तयारी करत असल्याचं दृश्य त्यांना पाहायला मिळालं. बोस्टनमधील स्थिती पाहून त्यांना फिलाडेल्फियाच्या सुरक्षिततेचे वेध लागले होते. सर्वत्र युद्धाचे ढग जमा झाले होते. असुरक्षिततेच्या भावनेला बळी पडून लोक भयग्रस्त झाले असते म्हणून त्यांनी बोस्टनला परत जाऊन विविध समुदाय आणि सरकारी उच्चाधिकारी यांच्याशी याबाबत विचारविनिमय केला. परंतु राज्य सरकारने त्यांना कोणत्याही प्रकारची आर्थिक मदत केली नाही. त्यानंतर त्यांनी दुसरा मार्ग अवलंबला. त्यांनी शहरवासीयांना मदतीचं आवाहन केलं. युद्ध आणि त्याचे परिणाम यांच्याविषयी एक सविस्तर पुस्तिका छापून ती शहरात वाटली. त्यात युद्धाच्या भीषण परिणामांविषयी चर्चा केली होती. त्याचबरोबर विविध ठिकाणी जाऊन त्यांनी या विषयावर भाषणं दिली. लोकांनी त्यांना सहकार्य केलं म्हणून त्यांनी एक मोठी सैन्याची तुकडी तयार केली. त्या सैन्याच्या मदतीने शहराच्या सुरक्षिततेची काळजी घेण्यात आली.

त्याकाळी फिलाडेल्फियामधील कित्येक संघटनांतील युवक देशाच्या रक्षणासाठी पुढे येऊन सैन्यात दाखल होत असत. परंतु त्यांना त्यांच्या मर्जीनुसार एकत्रित करणं कठीण बनू लागलं होतं. क्वेकर पंथाच्या लोकांना शस्त्राची घृणा होती, ते लढाईविनाच विजयोत्सव साजरा करू इच्छित होते आणि दूरवर खेड्यापाड्यांत राहणारे लोकदेखील सैन्यात भरती होण्यासाठी घाबरत असत. यावर उपाय म्हणून बेंजामिन यांनी आपल्या लेखणीद्वारे संपूर्ण देशातील नागरिकांना एकत्र येण्याचं आवाहन केलं. 'मी निर्बल नाही असा विचार प्रत्येक मनुष्याने करायला हवा. आता मी अमुक धर्माचा आहे,

असा विचार करण्याऐवजी मी पेन्सिल्व्हेनियाचा नागरिक आहे, हा विचार करा आणि एकांगी विचारांचा त्याग करून देशसेवा करा. आपल्या लोकांना वाचवा आणि असं मरण स्वीकारा, ज्याचा सर्वांना अभिमान वाटेल. ईश्वर आपणा सर्वांसोबत आहे.' असं आपल्या लेखाद्वारे सांगून त्यांनी लोकांना प्रेरित केलं.

बेंजामिन यांच्या विचारांचा लोकांवर सकारात्मक परिणाम होत होता. कारण त्या विचारांत एक प्रकारची जागृती आणि उत्साह होता, त्यामुळे हजारो लोक देशसेवेसाठी प्राणाची बाजी लावायला तयार झाले. त्यांनी आक्रमण करणाऱ्यांचा सशस्त्र प्रतिकार करण्याचा संकल्प केला. त्यावेळी फिलाडेल्फियामध्ये केवळ युद्धाचीच चर्चा सुरू होती. अशातच नोव्हेंबर महिन्यात नॉर्थहॅम्पटनच्या दिशेने आक्रमणकर्त्यांनी हल्ला चढवून कितीतरी लोकांना जिवे मारल्याची आणि त्यांची घरंही जाळून टाकल्याची बातमी पसरली. हे वृत्त ऐकताच गव्हर्नर मॉरिस यांनी बेंजामिनना विनंती केली. बेंजामिन यांनी स्वतः सेनापती बनून, सेना घेऊन त्या ठिकाणी जावं व लोकांना मदत करावी, असं त्यांनी सुचवलं. बेंजामिन लगेचच सुमारे ५०० स्वयंसेवकांसह हत्यारं घेऊन तिथे पोहोचले. या वेळी त्यांचा मुलगा विल्यम हादेखील त्यांच्यासोबत होता. डिसेंबर महिन्यात ते आपल्या सेनेसह तिकडे जाण्यासाठी निघाले; पण रस्त्यात त्यांना बऱ्याच अडचणींना तोंड द्यावं लागलं. कारण ते प्रशिक्षित सैनिक नव्हते.

बेथलेहेम (Bethlehem) येथे पोहोचल्यानंतर त्यांना समजलं, की क्वेकर पंथाचे लोकदेखील बचावकार्याची तयारी करण्यासाठी सहभागी झाले आहेत. हे पाहून बेंजामिन यांना अतिशय आनंद झाला. वेळ आली तर शत्रूवर दगडफेक करण्यासाठी लोकांनी आपल्या घरात दगड जमा करून ठेवले होते. अनेक अडचणींना तोंड देऊन ते जर्मन सीमेच्या जवळ पोहोचले. तिथे त्यांनी एक किल्ला बनवला. या किल्ल्याला 'फोर्ट ॲलन' (Fort Allen) हे नाव दिलं. तो संपूर्ण परिसर बेंजामिन यांच्या सैन्याने

वेढून टाकला होता. इथे शत्रूशी दोन हात करण्यासाठी सर्व व्यवस्था केलेली होती.

तेथे बेंजामिन यांनी सैनिकांचे लहान गट बनवून गावागावांमध्ये दौरा सुरू केला. कारण स्थानिक रहिवाशांची भीती दूर करणं आवश्यक होतं. रात्रीच्या वेळी पहारा करणंदेखील अतिशय कठीण बनलं होतं. हिवाळा असल्याने त्यांनी जमिनीत तीन फूट खोल खड्डे खोदून त्यात शेकोटी करण्याची व्यवस्था केली. दुरून आग दिसली तर शत्रूला इथे लोक असल्याची चाहूल लागेल, असा विचार करून ही दक्षता बाळगण्यात आली होती. अशा प्रकारे तिथे बेंजामिनच्या मार्गदर्शनाखाली सुरक्षाकार्य सुरू होतं. काही दिवसांनी फिलाडेल्फियामध्ये राज्यसभा अधिवेशन सुरू होणार होतं. बेंजामिननी परत येऊन अधिवेशनात सहभागी व्हावं, अशी गव्हर्नर मॉरिस यांची इच्छा होती. साधारण दोन महिन्यांनंतर तेथील स्थितीत सुधारणा झाल्यावर बेंजामिनना परत बोलावण्यात आलं. १० फेब्रुवारी, १७४६ला ते फिलाडेल्फियाला परत आले. बेंजामिन सुखरूप परत आल्यामुळे सर्व शहरवासी अतिशय खूश झाले आणि त्यांनी बेंजामिनचा मोठा सत्कार केला.

बेंजामिन यांनी पुन्हा एकदा सेनापती बनून फोर्ट ड्यूकेन (Fort Duquesne) इथे जावं अणि तेथील मोर्चा सांभाळावा अशी मॉरिस यांची इच्छा होती. परंतु बेंजामिन इतकं मोठं पद स्वीकारायला तयार नव्हते, त्यामुळे त्यांनी या प्रस्तावाला नकार दिला. मात्र, १२०० लोकांच्या तुकडीने त्यांना कर्नल म्हणून पसंती दिली. बेंजामिन यांनीच हे पद स्वीकारावं अशी त्या लोकांची इच्छा होती. त्यामुळे सर्वांच्या इच्छेला मान देऊन त्यांनी सेनापतिपद स्वीकारलं.

७ ऑक्टोबर, १७४८ या दिवशी युरोपमधील युद्ध समाप्त झालं. युद्ध संपल्याने अमेरिकेतील कित्येक प्रदेशातील भीती नष्ट झाली. देशावर युद्धाचे ढग दिसू लागल्यावर बेंजामिन यांनी देशाच्या संरक्षणासाठी आणि लोकांच्या

कल्याणासाठी ज्या भावनेने कार्य केलं त्याची सर्वांनीच वाखाणणी केली. त्यांची सैन्य तयार करण्याची नीती उपयुक्त ठरली. त्यांच्या या कृतीने ते एक सच्चे देशभक्त असल्याचं सिद्ध झालं. त्यानंतर बेंजामिनची शहरातील प्रमुख तसेच प्रतिष्ठित लोकांनी आणि राज्यसभेच्या सदस्यांनी खूप प्रशंसा केली. आता बेंजामिन यांची गणना फिलाडेल्फियाच्या मुख्य नागरिकांत झाली होती.

२१
सामाजिक कार्यात योगदान

बेंजामिन यांच्या प्रत्येक कार्यात लोककल्याणाची भावना असायची. इ.स. १७४३मध्ये त्यांचा मुलगा विल्यम जेव्हा १३ वर्षांचा झाला, तेव्हा ते त्याच्या शिक्षणाविषयी विचार करू लागले. मुलाला चांगल्या प्रकारचं शिक्षण देण्याची त्यांची इच्छा होती. विल्यम हा एक प्रामाणिक आणि आदर्श मनुष्य बनावा अशी त्यांची मनीषा होती. त्याकाळी फिलाडेल्फिया आणि न्यूयॉर्क या ठिकाणी शैक्षणिक सुविधांचा अभाव होता. यावर उपाय म्हणून बेंजामिन यांनी फिलाडेल्फियामध्ये एक शाळा सुरू करण्याचा प्रयत्नही केला. परंतु युरोपातील युद्धजन्य स्थितीमुळे ती योजना फलद्रूप होऊ शकली नाही. त्यावेळी त्यांचा नवीन शाळा सुरू करण्याचा विचार हा केवळ एक स्वप्न बनून राहिला. पण बेंजामिन सहजासहजी हार मानणाऱ्यांपैकी नव्हते.

पेन्सिल्व्हेनिया येथे पहिली शाळा

बेंजामिन यांच्या मनात अद्यापही शाळा सुरू करण्याचे विचार सुरूच होते. युद्ध समाप्तीनंतर त्यांनी पुन्हा एकदा शाळा सुरू करण्याचा प्रस्ताव

सर्वांसमोर मांडला. याबाबत त्यांनी सर्वप्रथम जन्टो क्लबमध्ये चर्चा केली. त्यानंतर कित्येक संघटनांनी त्यांना पाठिंबा दिला. बेंजामिनबद्दल सर्वांच्या मनात नितांत आदर होता. बेंजामिननी ही योजना कार्यान्वित करण्यासंबंधी एक जाहिरात छापून ती शहरातील लोकांना वाटली. ज्या लोकांनी या योजनेबद्दल ऐकलं अथवा वाचलं त्यांना ती अतिशय आवडली. सुरुवातीला याविषयी सरकार आणि बेंजामिन यांमध्ये काही मतभेदही झाले. परंतु काही दिवसांतच ते मतभेद निवळले आणि त्यांना शाळा सुरू करण्याची परवानगी मिळाली.

या शाळेसाठी हजारो लोकांनी आपापल्या ऐपतीप्रमाणे पैसे द्यायला सुरुवात केली. अल्पावधीतच त्यांच्याकडे ५,००० पाउंड रक्कम जमा झाली. शाळेसंबंधी जोमाने कार्य सुरू झालं आणि वर्षभराच्या आतच शाळेची स्थापना झाली. पहिल्याच वर्षी तिथे खूप विद्यार्थ्यांनी प्रवेश घेतला. पण पुढच्या वर्षी ती जागा कमी पडू लागली. मग शाळेसाठी अन्य एका इमारतीची व्यवस्था केली. काही दिवसांपूर्वीच बेंजामिन यांनी व्हाइटफिल्डच्या व्याख्यानासाठी जे भवन बनवलं होतं, तेदेखील शाळेसाठी वापरण्यात येऊ लागलं. बेंजामिन सुरुवातीपासूनच या भवनाचे विश्वस्त होते, त्यामुळे त्या भवनाचा शाळेसाठी वापर करण्यास कोणीही विरोध केला नाही.

हळूहळू या शाळेत विद्यार्थ्यांसाठी अधिकाधिक सुविधा पुरवण्याचा प्रयत्न केला जाऊ लागला. इ.स. १७७९मध्ये या शाळेचं नाव 'पेन्सिल्व्हेनिया स्कूल' असं ठेवण्यात आलं. या शाळेची गणना त्याकाळी सर्वोत्कृष्ट शाळांमध्ये केली जात असे.

हॉस्पिटलची निर्मिती

अशा प्रकारे बेंजामिन यांची शाळा सुरू करण्याची मनीषा पूर्ण झाली होती. शहरातील मुलं आता अशिक्षित राहणार नाहीत, याचं

त्यांना समाधान होतं. परंतु त्यांच्या मनात आणखी एक रुखरुख होती. इ.स. १७३६मध्ये योग्य उपचार न मिळाल्याने त्यांच्या मुलाचा मृत्यू झाला होता, तेव्हापासून बेंजामिनच्या मनात एक नवीन अद्ययावत हॉस्पिटल सुरू करण्याचे विचार येत होते. सद्यःस्थितीत योग्य उपचार होऊ शकतील असं एकही सुसज्ज हॉस्पिटल त्यांच्या आसपास नव्हतं. अन्य ठिकाणांहून येणाऱ्या रुग्णांनादेखील तेथील हॉस्पिटलच्या पडक्या इमारतीतच राहावं लागत असे, त्यामुळे बऱ्याच रुग्णांना अडचणींना तोंड द्यावं लागत असे. केवळ रुग्णांनाच नव्हे, तर शहरातील नागरिकांनाही याचा अतिशय त्रास होत असे.

त्याचकाळात डॉक्टर बाँड यांनी शहरात हॉस्पिटल उघडण्यासाठी खूप प्रयत्न केले, परंतु त्यांना त्यात यश मिळालं नाही. डॉक्टर थॉमस बाँड (Dr. Thomas Bond) हे बेंजामिनचे अतिशय घनिष्ठ मित्र होते, ते बेंजामिनच्या ग्रंथालयाचेही सदस्य होते. त्यांनी बेंजामिन यांनी स्थापन केलेल्या 'अमेरिकन फिलॉसॉफिकल सोसायटी'च्या निर्मितीतही अमूल्य योगदान दिलं होतं. शेवटी डॉक्टर बाँड यांनी बेंजामिनशी हॉस्पिटलसंबंधी विचारविनिमय केला आणि आपली योजना त्यांना सांगितली. आश्चर्य म्हणजे पाहता पाहता नवीन हॉस्पिटलची संपूर्ण योजना तयार झाली. सरकारी अधिकारी, राज्यसभा सदस्य आणि शहरातील नागरिकांच्या मदतीने हॉस्पिटलसाठी एक इमारत बांधण्याला परवानगी मिळाली. इ.स. १७५१ मध्ये या कामाला सुरुवात झाली. खरंतर यातही काही मतभेद निर्माण झाले होते; परंतु अडथळ्यांना यशस्वीपणे सामोरं जाऊन यश प्राप्त करायला शिकलेल्या बेंजामिननी त्यावरही मात केली आणि स्वप्नपूर्तीच्या दिशेने त्यांची वाटचाल सुरू झाली.

वर्षभराच्या मेहनतीनंतर हॉस्पिटलची इमारत तयार झाली. त्याकाळी ही इमारत बांधण्यासाठी ४,००० पाउंड खर्च आला. मात्र, आज हे हॉस्पिटल एक साधंसुधं नव्हे, तर जगप्रसिद्ध हॉस्पिटल बनलेलं आहे. हे हॉस्पिटल

सर्व प्रकारच्या आधुनिक सुविधांनी सुसज्ज आहे. या हॉस्पिटलच्या आवारातच एका वैद्यकीय महाविद्यालयाची स्थापना करण्यात आली होती, ते महाविद्यालयदेखील आज जगातील प्रसिद्ध वैद्यकीय महाविद्यालय म्हणून गणलं जातं.

शाळा झाली, हॉस्पिटल झालं, तरीही बेंजामिन काही स्वस्थ बसले नाहीत. त्यानंतर त्यांनी शहरात एका चर्चची स्थापना केली. या कामातही बेंजामिनचं अमूल्य योगदान होतं. यासाठी त्यांनी आपल्याकडील कितीतरी धन खर्च केलं. अशा प्रकारे बेंजामिन यांचं जनसेवेचं कार्य सतत सुरूच राहिलं. त्यांच्याकडून शहरात एका मागोमाग एक अशी कितीतरी समाजोपयोगी कामं होत राहिली. त्या सर्वांचं वर्णन करणं अतिशय कठीण आहे. पक्के रस्ते तयार केले गेले, घरांत धूळ आणि माती जाऊ नये म्हणून शहरातील कच्च्या रस्त्यांवर फरशा बसवण्यात आल्या.

बेंजामिन यांनी उद्यानं तयार करण्यासाठीदेखील अतिशय मोलाची कामगिरी बजावली. 'यलो विलो' (Yellow Willow) नावाचं आकर्षक झाडदेखील त्यांच्यामुळेच अमेरिकेत आलं. हे झाड दुरड्या, करंड्या बनवण्यासाठी उपयुक्त आहे. शिवाय, हे झाड अमेरिकेत येण्यामागे एक अख्यायिका सांगितली जाते. 'त्याकाळी परदेशातून सामान भरून आलेल्या करंड्यांवर पाणी पडल्यामुळे त्या ओल्या झाल्या होत्या, त्यामुळे त्या करंड्यांना लहान अंकुर फुटले होते. त्या अंकुरांकडे बेंजामिन यांचं लक्ष गेलं. त्यांनी ती अंकुर फुटलेली रोपटी फिलाडेल्फियात एके ठिकाणी रोवली. ती रोपं मोठी होऊ लागली तेव्हा ती खूपच आकर्षक दिसत होती.' यलो विलोप्रमाणेच झाडू बनवण्यासाठी उपयोगात येणारं झाडदेखील बेंजामिनमुळेच शहरात आलं.

बेंजामिन यांच्या निःस्वार्थ कार्यामुळे लोकांवर त्यांची चांगलीच छाप पडली होती. लोक त्यांच्या कार्याची दिलखुलासपणे प्रशंसा करत

होते. ज्या गोष्टीसाठी तुम्ही निमित्त बनता, ती तुमच्या जीवनातदेखील प्रकट होते, कित्येक पटीने वाढते, हा जीवनाचा नियम आहे. लोकांना सुविधा मिळाव्यात, आनंद मिळावा यासाठी बेंजामिन निमित्त बनू लागले होते, त्यामुळे त्यांच्या जीवनातील आनंदही वाढत होता. जे लोक इतरांवर उपचार करतात, त्यांचा स्वतःचादेखील उपचार होत असतो. जे लोक पैसे दान देतात, त्यांना निसर्ग कित्येक पटीने अधिक पैसे देतो. तुम्ही जेव्हा इतरांच्या चेतनेचा स्तर उंचावण्याचा प्रयत्न करता, तेव्हा तुमच्या चेतनेचा स्तरदेखील उच्चपातळीवर जातो.

तुम्ही काय घेता याने जीवनात काही फरक पडत नाही; पण तुम्ही जीवनाला काय देता, याने खूप मोठा फरक पडतो. प्रेम देण्यावर लक्ष केंद्रित केलं, तर तुमच्या जीवनात ते कितीतरी पटीने वाढेल. पैसा देण्यावर लक्ष केंद्रित कराल, तर कित्येक पटीने पैसा तुमच्याकडे परत येईल. बेंजामिनचं लक्ष लोकांची सेवा करण्यावर, त्यांना सुविधा पुरवण्यावरच केंद्रित होतं, त्यांचं संपूर्ण जीवनच लोकहितार्थ समर्पित होतं.

लोकहिताच्या कार्यात व्यग्र असूनही बेंजामिन वेळोवेळी आपल्या कुटुंबाशी संपर्क साधत होते. बेंजामिनच्या कुटुंबीयांना त्यांच्या प्रत्येक कार्याची झलक मिळत होती. त्यांच्या आई-वडिलांचे आणि भावंडांचे आशीर्वाद, त्यांच्या शुभेच्छा बेंजामिन यांच्या पाठीशी होत्या, त्यामुळे बेंजामिन या स्तरावर पोहोचू शकले होते. जोसाया यांच्या देहान्तानंतर त्यांची आई अबायाची तब्येतही दिवसेंदिवस खालावत चालली होती.

दीर्घ आजाराने १८ मे, १७५२ या दिवशी त्यांच्या आईचंही देहावसान झालं. त्यांच्या पार्थिवाचं दफन बोस्टनमध्ये त्यांचे पती जोसाया फ्रँकलिन यांच्या जवळच करण्यात आलं.

२२

पोस्ट विभागात नियुक्ती

युरोपमधील युद्ध समाप्तीनंतर पेन्सिल्व्हेनियाच्या रहिवाशांना थोडासा दिलासा मिळाला होता. युद्धाच्या संकटावर मात करण्यासाठी बेंजामिन यांनी स्थानिक रहिवासी आणि सरकार यांची मदत घेऊन ज्या प्रकारची व्यवस्था केली होती, ती खरोखरच वाखाणण्यासारखी होती. हळूहळू परिस्थिती पूर्वपदावर येऊ लागली होती. बेंजामिन आपल्या प्रिंटिंग प्रेसच्या व्यवसायातूनही मुक्त झाले होते. परंतु त्यांच्याकडे लोकांची अक्षरशः रीघ लागलेली असायची. लोक त्यांच्या समस्यांवर मदत मागण्यासाठी बेंजामिनकडे धाव घेत होते.

आता कुठलाही दबाव आला तरी कोणतीही नोकरी करायची नाही, असा निर्णय बेंजामिन यांनी घेतला, परंतु त्यावर ते ठाम राहू शकले नाहीत. काही दिवसांतच सरकारकडून अतिशय उच्च श्रेणीच्या पदाचा प्रस्ताव समोर आला. तेव्हा ते पोस्ट ऑफिसमध्ये उप-महाअधीक्षक या पदावर कार्यरत होतेच. बेंजामिन या पदावर सुमारे १५ वर्षांपासून होते. इ.स. १७५३ मध्ये अमेरिकेतील डेप्युटी पोस्ट मास्टर जनरलच्या मृत्यूनंतर सरकारने त्या

पदावर बेंजामिन यांची नियुक्ती केली. त्या वेळी अमेरिकेत पोस्टमास्टर जनरलच्या मदतीला दोन डेप्युटी पोस्टमास्टर जनरल असायचे. त्यापैकी एक पद बेंजामिनला, तर दुसरं विल्यम हंटर (William Hunter) यांना देण्यात आलं होतं.

बेंजामिन डेप्युटी पोस्टमास्टर जनरल या पदावर आरूढ होताना अमेरिकेतील पोस्ट विभागाची स्थिती अत्यंत दयनीय होती. सरकारला या विभागाकडून काहीच लाभ मिळत नव्हता. यापुढे सरकारला थोडाफार लाभ मिळायला सुरुवात होईल असं काम आम्ही करू, असं आश्वासन बेंजामिन आणि हंटर यांनी सरकारला दिलं. त्याकाळी अमेरिकेतील पोस्ट खात्याच्या कार्यपद्धतीत अनेक त्रुटी होत्या. त्या सर्व त्रुटी समजून घेऊन त्यावर पर्याय शोधण्यासाठी बेंजामिन परिणामकारक योजना आखू लागले. काही सुधारणा घडवण्यासाठी अधिक खर्च होण्याची शक्यता होती, परंतु त्या सुधारणा करणंही गरजेचंच होतं. परिणामी पुढील चार वर्षांत त्यांच्या कार्यालयावर ९०० पाउंड कर्ज झालं. परंतु बेंजामिन यांनी अक्कलहुशारीने अनेक सुधारणा घडवून आणल्या, त्यामुळे काही कालावधीतच ते कर्जही फिटलं आणि पोस्ट खात्याला हळूहळू लाभही मिळू लागला.

बेंजामिन यांची या पदावर नियुक्ती होण्यापूर्वी लोक कर न देताच वर्तमानपत्र घेऊन जात होते. बेंजामिन यांनी याला आळा घातला आणि त्यावर कर आकारायला सुरुवात केली. जे डाक १५ दिवसांतून एकदा जायचं, ते आता ७ दिवसांनंतर पाठवण्यात येऊ लागलं. त्यांनी पोस्टाचे दरही कमी केले, त्यामुळे अधिकाधिक लोक पोस्टाच्या सेवेचा लाभ घेऊ लागले. परिणामी पोस्टाचा ग्राहकवर्ग वाढला. पोस्ट खात्यात त्यांनी घडवून आणलेल्या सुधारणांमुळे देशाला खूपच फायदा झाला. अशा प्रकारे बेंजामिननी डेप्युटी पोस्टमास्टर जनरल पदावर राहून देशसेवेच्या भावनेनं कार्य केलं.

२३

डॉक्टर उपाधीने सन्मान

इ.स. १७५७ मध्ये नियामक समितीचा प्रतिनिधी बनल्यानंतर बेंजामिन बराच काळ लंडनमध्येच राहिले. तेथूनच ते आपली पत्नी डेबोराशी पत्रांद्वारे संपर्कात राहत होते. अगदी लहानसहान गोष्टीही ते डेबोराला पत्राने कळवत होते. जवळपास दहा वर्षं ते इंग्लंडच्या राजधानीत म्हणजेच लंडनमध्ये राहिले. या काळात ते नेहमी जनतेच्या हिताच्याच गोष्टींचा विचार करत आणि संपूर्ण निष्ठेने त्यांची सेवा करत राहिले. त्यांना निसर्गाशी संबंधित अनेक विषयांवर विचार करण्याची आणि त्यांचा सखोल अभ्यास करण्याची आवड होती. ते नेहमी जल, पृथ्वी, वायू, सागर, वातावरण आणि ऋतुमान यांसंबंधी विचार करत असत. निसर्गाची कार्यपद्धती आणि त्यातील सातत्य यांविषयी विचार करून ते अक्षरशः थक्क होऊन जात.

एके दिवशी सकाळी ते जेव्हा बाहेर फिरत होते, तेव्हा एक वृद्ध महिला तिच्या घराबाहेर झाडू मारत असल्याचं त्यांनी पाहिलं. ते पाहून बेंजामिन तिथेच थबकले. त्यांचं घर तेथून अगदी जवळच होतं. ते त्या महिलेकडे गेले आणि तिला म्हणाले, ‘‘तुम्ही जर ही पूर्ण गल्ली स्वच्छ केली, तर

मी तुम्हाला एक शिलिंग देईन.'' हे ऐकून त्या वृद्ध महिलेने त्या कामाला होकार दिला. त्यानंतर बेंजामिन स्वतःच्या घरी गेले. थोड्या वेळानंतर ते जेव्हा पुन्हा बाहेर निघाले, तेव्हा त्या महिलेने आपल्या स्वास्थ्याची पर्वा न करता पूर्ण गल्लीतील कचरा उचलून मोठ्या नाल्यात फेकून दिला. आता पूर्ण गल्ली एकदम स्वच्छ आणि सुंदर दिसू लागली होती. बेंजामिन यांनी ठरल्याप्रमाणे त्या महिलेला एक शिलिंग दिला. या घटनेनंतर त्यांच्या मनात विचार आला, की शहरातील सर्व गल्ल्या आणि रस्त्यांची दररोज साफसफाई व्हायलाच हवी.

मग काय, एखादा विचार मनात यायचाच अवकाश, बेंजामिन लगेचच त्याचा पाठपुरावा करत. तेथील उच्चाधिकाऱ्यांना भेटून त्यांनी साफसफाईची कल्पना त्यांना सांगितली. अशाच प्रकारे सर्व बाजारात आणि दुकानांच्या बाहेरदेखील दररोज दुकानं उघडण्यापूर्वीच सफाई व्हायला हवी, असा विचार त्यांनी केला. मात्र, ही योजना कार्यान्वित होण्यासाठी थोडा वेळ लागला. परंतु बेंजामिन सतत लोकांच्याच हिताकडे बारकाईनं लक्ष देत होते, हेच आपल्याला या घटनेतून दिसून येतं. इतकंच नव्हे, तर त्यांनी घराच्या बाहेर पक्के पादचारी मार्ग तयार करण्याचा आणि फरशा बसवण्याचाही विचार केला. कालांतराने तोदेखील पूर्ण झाला.

आपल्या विविध कार्यांसोबतच ते नेहमी वेगवेगळ्या ठिकाणी फिरायला जात आणि निसर्गातील विहंगम दृश्यांचा आनंद लुटत. कधी कधी ते एखाद्या तलावात नौकाविहारासाठी जात. कित्येक वर्षांपासून त्यांनी हा छंद जोपासला होता. ते कधीतरी एखाद्या डोंगराळ भागात जात आणि काही दिवस तिथेच घालवत. त्यांना पूर्वीपासूनच गाणी गाण्याचा, नाटक पाहण्याचा आणि संगीत ऐकण्याचाही छंद होता. अधूनमधून ते एखाद्या थिएटरमध्ये जाऊन नाटक पाहत. वैज्ञानिक प्रयोग करत राहणं हेदेखील त्यांच्या महत्त्वपूर्ण कामांपैकी एक काम होतं. त्यांना ज्या ज्या वेळी मोकळा वेळ मिळत असे, त्या त्या वेळी ते नवनवीन प्रयोग करण्यात तो वेळ

घालवायचे. बेंजामिननी त्यांच्या घरात वीज बनवण्याचं एक यंत्र ठेवलं होतं. ते यंत्र बेंजामिन नेहमी लोकांना दाखवत असत. त्यांचं अद्‌भुत कार्य आणि विज्ञानजगतातील अमूल्य योगदान पाहून एडिनबर्ग (Edinburg) आणि सेंट अँड्रूज (St. Andrews) विश्वविद्यालयांनी त्यांना 'डॉक्टर' उपाधी देऊन सन्मानित केलं. इतकंच नव्हे, तर लंडनहून परत येण्यापूर्वीच त्यांना ऑक्सफोर्ड विश्वविद्यालयाने 'डॉक्टर ऑफ लॉज' ही उपाधी देऊन सन्मानित केलं. त्यामुळे आता ते केवळ बेंजामिन फ्रँकलिन राहिले नव्हते, तर 'डॉक्टर बेंजामिन फ्रँकलिन' बनले होते.

एकदा ते आयर्लंडच्या प्रवासात होते, तेव्हा एका सभ्य गृहस्थाने त्यांना विचारलं, ''एखादं काम करावं की करू नये, याचा निर्णय तुम्ही कसा घेता?''

उत्तरादाखल बेंजामिन त्या सद्‌गृहस्थाला म्हणाले, ''महाशय, मी जेव्हा एखाद्या बाबतीत संभ्रमावस्थेत असतो, तेव्हा एक कागद घेऊन त्याचे दोन तुकडे करतो. त्यानंतर एका कागदावर त्याचे सर्व सकारात्मक परिणाम लिहितो आणि दुसऱ्या कागदावर नकारात्मक पैलू लिहितो. सलग ३-४ दिवस हा प्रयोग केल्यानंतर दोन्ही कागदांवर लिहिलेल्या मुद्द्यांची गणती करतो. त्या कार्याचे सकारात्मक परिणाम जास्त असतील, तर ते कार्य हाती घेतो. नकारात्मक परिणाम अधिक असतील, तर मी ते काम करत नाही. हा प्रयोग करण्याचा एक मोठा लाभ असा होतो, की माझं प्रत्येक काम हे विचारपूर्वक केलं जातं.''

कुशाग्र बुद्धी, जिज्ञासू वृत्ती आणि अवलोकन शक्ती यांच्या जोरावरच ते तत्त्वज्ञानविषयक अनेक प्रयोग करण्यात सक्षम बनले. त्यांच्या प्रत्येक कृतीमागे काही ना काही कारण असायचंच. मात्र राजकीय कार्यात त्यांचा खूप वेळ खर्च झाला. अन्यथा, ते आपल्या तत्त्वज्ञानाच्या बळावर या जगाला अधिकाधिक सुविधा देण्यात यशस्वी झाले असते, असं सांगितलं जातं.

२४

मुलीचा विवाह आणि पत्नीचा वियोग

बेंजामिनच्या अनुपस्थितीत फिलाडेल्फियामध्ये त्यांच्या नव्या घराचं काम सुरू झालं होतं. डेबोराच त्या घराच्या सर्व कामांची देखरेख करत असे. घराचं काम कुठपर्यंत आलंय, त्यात किती खोल्या आहेत, किती लोक काम करत आहेत, त्यासाठी कोणकोणतं साहित्य लागत आहे... अशा सर्व गोष्टींची इत्थंभूत माहिती डेबोरा पत्राने बेंजामिन यांना कळवत असे. बेंजामिन लंडनला गेल्यानंतर रिचर्ड बाख नावाच्या एका व्यापाऱ्याने त्यांच्या मुलीशी विवाह करण्याची इच्छा व्यक्त केली. सारालादेखील रिचर्ड पसंत होता. रिचर्ड एक सद्वर्तनी मुलगा आहे, हे त्याला पाहिल्यानंतर डेबोराच्याही लक्षात आलं. त्यामुळे तिनेही या विवाहाला संमती दिली. डेबोराने बेंजामिन यांना रिचर्डविषयी सर्वकाही पत्राद्वारे कळवलं. सांगोपांग विचार करून बेंजामिन यांनीदेखील या विवाहाला परवानगी दिली. सर्वांच्या संमतीने ऑक्टोबर, १७६७ मध्ये सारा आणि रिचर्ड यांचा विवाह संपन्न झाला. डेबोरा फिलाडेल्फियामध्ये एकटीच राहत होती, त्यामुळे विवाहानंतर सारा आणि रिचर्ड जवळपास आठ महिने डेबोरासोबत तिच्याच घरी राहत होते.

लग्नानंतर एका वर्षातच सारा आणि रिचर्ड यांना पुत्ररत्नाचा लाभ झाला. नातवाच्या जन्मामुळे डेबोरा अतिशय खुशीत होती. बेंजामिन यांना ही बातमी समजली, तेव्हा त्यांच्याही आनंदाला पारावार राहिला नाही. डेबोरा त्या लहान बाळावर खूप प्रेम करत असे. ते एक अतिशय चंचल, सुलक्षणी बालक होतं. डेबोरा वेळोवेळी बेंजामिनना त्या बालकाच्या सर्व गोष्टी पत्राद्वारे सांगत असे. 'लहान मुलांना योग्य मार्ग अनुसरण्याची शिकवण द्यायला हवी. ही शिकवण देत असताना आई-वडिलांनी कधी कधी मुलांवर थोडंसं रागावण्याची, प्रसंगी मारण्याचीही वेळ आली, तर मोठ्यांनी त्यात भाग घेऊ नये. कारण वयस्कर लोकांच्या लाडानेच मुलं बिघडतात.' अशा कित्येक उपयुक्त गोष्टी बेंजामिन पत्रातून डेबोराला सांगत.

डेबोराचा मृत्यू

साराच्या लहान मुलाची काळजी घेण्याच्या नादात डेबोरा स्वतःच्या आरोग्याकडे लक्ष देत नव्हती. बऱ्याच दिवसांपासून डेबोराची तब्येत ठीक नव्हती. परंतु तरीही ती तब्येतीकडे दुर्लक्ष करत होती. दिवसेंदिवस तिची प्रकृती खालावत चालली होती. ती अतिशय अशक्त बनली होती. इकडे बेंजामिन मात्र दहा वर्षांचा वियोग संपून डेबोराची भेट होणार या विचारांनी अतिशय आनंदात होते. कारण लवकरच ते पत्नीकडे राहायला येणार होते. परंतु, नियतीला ते मान्य नसावं. एके दिवशी अचानक बेंजामिन यांना डेबोराच्या निधनाची वार्ता समजली.

डेबोराला अर्धांगवायू झाला होता, त्यामुळे तिचं शरीर अतिशय दुर्बल होत गेलं, पाहता पाहता ती गलितगात्र बनली. केवळ ४-५ दिवसांच्या आजाराने तिला इतकं जखडून टाकलं, की त्यातच तिचा मृत्यू झाला. तिच्या तडकाफडकी जाण्याने सर्वजण अतिशय दुःखी झाले. बेंजामिन आणि डेबोरा यांच्या वैवाहिक जीवनाचा ४४ वर्षांचा प्रवास इथे संपला. डेबोराचा बेंजामिन यांच्याशी विवाह झाला, तेव्हा ते केवळ प्रिंटिंग प्रेसमध्ये

काम करणारे एक सामान्य कामगार होते. त्यावेळी त्यांची आर्थिक स्थिती फार चांगली नव्हती. परंतु डेबोराने कधीही याविषयी कोणतीही तक्रार केली नाही. तिचा बेंजामिनबद्दलचा आदर आणि प्रेम यांत सांपत्तिक स्थितीचा कुठलाही अडसर आला नाही, हे डेबोराचं वैशिष्ट्यच म्हणावं लागेल. ती आपल्या पतीच्या कष्टातून मिळालेल्या पैशांचा विचारपूर्वक विनियोग करत होती.

अशी सद्गुणी सहचारिणी मिळाल्याने बेंजामिन अतिशय समाधानी होते. परंतु एकाएकी वियोग झाल्याने ते अतिशय दुःखी झाले. मानसिकरीत्या ते अतिशय खचून गेले होते. पत्नीच्या मृत्यूसमयी ते तिच्यापासून खूप दूर होते, याचं त्यांना खूपच वाईट वाटलं. बेंजामिन नेहमी डेबोराच्या साधेपणाचा आदर करत.

२५
पेन्सिल्व्हेनियाचे राष्ट्रपती

बेंजामिन फ्रँकलिन यांचं वय वाढत चाललं होतं. त्यांनी वयाची पंचाहत्तरी गाठली होती. साहजिकच आता त्यांच्यात पूर्वीसारखी शक्ती राहिली नव्हती. त्यांच्या कार्यातील चपळता संपत चालली होती. परंतु एक जमेची बाजू म्हणजे त्यांची मानसिक स्थिती आताही पहिल्यासारखीच उत्तम होती. त्यांना सांधेदुखी आणि मूतखडा यांचा त्रास असल्याने या आजारांमुळे त्यांचं शरीर दुर्बल होत चाललं होतं. आजारामुळे ते कित्येक दिवस अंथरुणावरच पडून असायचे. यापूर्वी कधी कधी हवापालट करण्यासाठी ते वेगवेगळ्या ठिकाणी जात, मनाला विरंगुळा देत. ते जेव्हा कामानिमित्त प्रवास करत, तेव्हाही आपोआपच त्यांना वेगवेगळ्या वातावरणाचा उपभोग घेता येत असे. त्यांना व्यायामासाठीदेखील वेळ मिळत असे. पण आता वृद्धापकाळामध्ये मात्र स्वतःकडे खास लक्ष द्यायला हवं; दिवस-रात्र काम करणं आता योग्य ठरणार नाही, असा विचार ते करू लागले.

आता धावपळीतून सुटका करून घेण्यासाठी त्यांनी काँग्रेसकडे आपला राजीनामा सादर केला. त्यात त्यांनी आजार आणि शारीरिक दुर्बलता

यांमुळे अधिक काळ कोणत्याही सरकारी पदावर राहू शकत नसल्याचं नमूद केलं. त्यासाठी माझ्या जागेवर दुसरा माणूस नेमण्यात यावा, अशी विनंतीही केली. त्यांनी जवळपास ५० वर्षं सरकारी सेवा आणि लोकोपयोगी कामं केली. त्यात त्यांना देश-विदेशांत सन्मान आणि अनेक पुरस्कारदेखील मिळाले. जीवनातील अखेरचा काळ आरामात व्यतीत व्हावा अशी त्यांची इच्छा होती, जी ते नेहमी व्यक्त करत.

काँग्रेसने मात्र त्यांचा राजीनामा स्वीकारला नाही. बेंजामिन यांनी अजूनही देशसेवा करत राहावी, अशी काँग्रेसची इच्छा होती. बेंजामिन यांनी प्रकृती-अस्वास्थ्यामुळे राजीनामा सादर केला होता; परंतु काँग्रेसने तो नाकारून बेंजामिन यांच्यावरील विश्वास आणि आदरच दाखवून दिला. बेंजामिन यांनीदेखील काँग्रेसच्या विनंतीला मान दिला आणि ते पदावर कायम राहिले.

२७ ऑगस्ट, १७८३ हा दिवस विज्ञानजगतासाठी एक अद्भुत दिवस होता. याच दिवशी पॅरिसमध्ये विश्वातील पहिला हायड्रोजनचा फुगा हवेत सोडला गेला. बेंजामिन आणि त्यांच्या असंख्य मित्रांनी हे ऐतिहासिक उड्डाण आपल्या डोळ्यांनी पाहिलं. हा फुगा प्रोफेसर जॅक शार्ल (Jacques Charles) आणि ला फ्रेर रॉबर्ट (Les freres Robert) यांनी बनवला होता. हा फुगा 'शॅम्प द मार' (Champs de Mars) या स्थानाहून हवेत उडवला गेला होता. हे तेच स्थान आहे, जिथे आज विश्वप्रसिद्ध आयफेल टॉवर (Eiffel Tower) उभा आहे. बेंजामिन हा उडणारा फुगा पाहून अतिशय आनंदी आणि उत्साहित झाले. या घटनेने प्रेरित होऊन मानवयुक्त हायड्रोजन फुग्याचं उड्डाण करण्याची योजना आखण्यासाठी जे मंडळ बनवण्यात आलं होतं, त्याचं सदस्यत्व त्यांनी स्वीकारलं. या योजनेत त्यांचं आर्थिक योगदानही होतं. त्यानंतर १ डिसेंबर, १७८३ या दिवशी हायड्रोजन फुगा दुसऱ्यांदा हवेत सोडण्यात आला. त्या वेळी बेंजामिन यांना सन्माननीय लोकांसोबत एका विशेष स्थानावर आदरासह बसवलं गेलं.

बेंजामिन यांची प्रतिष्ठा अधिकाधिक वाढू लागली होती. लोक त्यांची योग्यता आणि बुद्धिमत्ता पाहून थक्क झाले होते. आता आपल्या जीवनातील उर्वरित काळ आपल्या कुटुंबीयांसोबत आणि आपल्या जन्मभूमीत व्यतीत करण्याची बेंजामिन यांची इच्छा होती. त्यांनी फ्रान्समध्ये सात वर्षांपेक्षाही अधिक काळ व्यतीत केला होता. म्हणून त्यांनी पुन्हा एकदा काँग्रेसकडे जबाबदारीतून मुक्त करण्याची विनंती केली. सुरुवातीला त्यांची पॅरिसला जाण्याची इच्छा होती, त्यानंतर त्यांनी इटली आणि जर्मनीला जाण्याचा विचार केला. परंतु दिवसेंदिवस त्यांचं आरोग्य ढासळत चालल्याने त्यांनी सर्व कार्यक्रम रद्द केले. आता त्यांची पेन्सिल्व्हेनिया या स्वतःच्या शहरात परत जाण्याची इच्छा होती. या वेळी मात्र काँग्रेसने त्यांची विनंती मान्य केली. त्यांना ७ मार्च, १७८५ या दिवशी पदभार सोडण्यास सांगण्यात आलं आणि त्यांच्या जागी जेफरसन यांची नियुक्ती केली गेली.

बेंजामिन यांची परत जाण्याची पूर्ण तयारी करण्यात आली. सर्व मोठमोठे अधिकारी त्यांच्या परत जाण्याने व्यथित झाले होते. बेंजामिन क्षणभरात सर्वांना आपलंसं करत असत, हे त्यामागचं कारण होतं. संपूर्ण युरोपमध्ये त्यांची ख्याती पसरली होती. त्यांना निरोप देण्यासाठी हजारोंच्या संख्येने लोक एकत्र जमले होते. परराष्ट्र सचिवांनीदेखील फ्रान्सच्या राजाच्यावतीने त्यांना शुभेच्छा संदेश दिला. त्यांचा मुलगा विल्यम हादेखील सुमारे दहा वर्षांनंतर त्यांना भेटण्यासाठी आला. सोनेरी स्मृती घेऊन ते पुन्हा एकदा स्वदेशाला रवाना झाले.

नेहमीप्रमाणे प्रवासात त्यांनी कित्येक लेख आणि निबंध लिहिले. आत्मचरित्र लिहिण्याचं कार्य त्यांनी यापूर्वीच सुरू केलं होतं. त्यांच्यासोबत असणाऱ्या काही लोकांनी त्यांना आत्मचरित्रातील पुढील भाग लिहिण्याचा सल्ला दिला. परंतु तसं न करता त्यांनी अन्य विषयांवर लेख लिहिले. ४८ दिवसांच्या प्रवासानंतर ते फिलाडेल्फियाला पोहोचले. त्यांचं स्वागत करण्यासाठी तिथे असंख्य लोक जमले होते. लोक जोरजोरात त्यांच्या

नावाच्या घोषणा देत होते, त्यांचा जयजयकार करत होते. एका मोठ्या मिरवणुकीने त्यांना त्यांच्या घरापर्यंत नेण्यात आलं.

दुसऱ्या दिवशी राजसभेत त्यांना सन्मानित करण्यात येऊन मानपत्रही बहाल करण्यात आलं. त्याचसोबत एक शुभेच्छा संदेशही प्रदान केला गेला. त्यावर लिहिलं होतं, 'आम्हाला खात्री आहे, की आम्ही जे काही बोलू, त्याला संपूर्ण देशाचा आवाज समजलं जाईल. तुम्ही केलेल्या देशसेवेचं मोल करता येणं शक्यच नाही. खूप बहुमोल सेवा तुम्ही केली आहे. तुमच्या कीर्तीचं गुणगान केवळ आजच्या काळातील लोकच गातील असं नव्हे, तर या देशाच्या इतिहासात तुमचं नाव सुवर्णाक्षरांनी लिहिलं जाईल. शिवाय, भावी पिढीदेखील तुमचं गुणगान करेल.' याशिवाय त्यांना अमेरिकन फिलॉसॉफिकल सोसायटी, पेन्सिल्व्हेनिया विश्वविद्यालय आणि अनेक संस्थांद्वारे अशा प्रकारचं मानपत्र देण्यात आलं. बेंजामिन यांनी सर्वांचे आभार मानले आणि शेवटी ते म्हणाले, ''एक प्रामाणिक नागरिक या नात्याने माझं जे कर्तव्य होतं, त्याचं पालन मी केलं.''

आपल्या देशात आल्यानंतर बेंजामिन यांचं आरोग्य सुधारत गेलं. यानंतरचा काळ आरामात व्यतीत करण्याची त्यांची इच्छा होती, परंतु त्यांना ते शक्य झालं नाही. पेन्सिल्व्हेनियाच्या नियामक समितीचे सभासद म्हणून त्यांची निवड झाली आणि इच्छा नसतानाही ते पुन्हा कामात सक्रिय झाले. काही काळ नियामक समितीचं काम केल्यानंतर १८ ऑक्टोबर, १७८५ ला मतदान झालं आणि त्यांची पेन्सिल्व्हेनियाच्या राष्ट्रपतिपदी निवड झाली. अशा प्रकारे ते पेन्सिल्व्हेनियाचे सहावे राष्ट्रपती बनले. त्यांना जॉन डिक्सन (गेहप उ‌ळलज्ञळीप) यांचं स्थान मिळालं. हे पद इतर राज्यांच्या गव्हर्नर पदासमानच होतं.

राष्ट्रपतिपदी विराजमान झाल्यानंतर त्यांनी त्यांच्या कुशल नेतृत्वाच्या जोरावर पेन्सिल्व्हेनियामध्ये सुख-शांती प्रस्थापित केली, त्यामुळे तेथील

घरं आणि जमिनी यांच्या किमतीत आधीपेक्षा चारपट वाढ झाली. शेतीला प्रोत्साहन दिलं गेलं आणि त्यांच्या शहरात परदेशी व्यापारही वाढत गेला, लोकांना उचित रोजगार मिळू लागला. त्यांनी फिलाडेल्फियामध्ये कितीतरी घरं खरेदी केली होती. त्यांच्या भाड्यापोटी मिळणारे पैसे हेच त्यांचं उत्पन्न होतं. वीस वर्षांपूर्वी त्यांच्या अनुपस्थितीत डेबोराने एक घर बांधायला सुरुवात केली होती, त्या घराचंही काम अद्याप बाकीच होतं. बेंजामिन यांनी ते पूर्ण केलं आणि आपल्या कुटुंबीयांसह ते त्या घरात राहू लागले. त्यावेळी त्यांच्यासोबत त्यांची मुलगी सारा, तिचा पती रिचर्ड आणि साराची सहा मुलं या घरात राहत होती. सहा नातवंडांसोबत बेंजामिनचा वेळ अतिशय आनंदात जात होता. २३ वर्षं परदेशात राहिल्यानंतर त्यांना स्वतःच्या घरात राहण्याची संधी मिळाली, हे त्यांचं भाग्यच म्हणायला हवं. डेबोराने त्या घराची रचना अतिशय कौशल्यपूर्वक केली होती; परंतु ती स्वतः काही त्या घरात राहू शकली नाही, या गोष्टीचं बेंजामिन यांना खूप वाईट वाटत असे.

राष्ट्रपतिपदाचं त्यांना जे काही वेतन मिळत असे, ते पैसे बेंजामिन लोककल्याणार्थ खर्च करत. त्यांना पैशांची लालसा नव्हती. देशहिताच्या कार्यातूनच त्यांना आनंद मिळत असे. त्यांच्या घराबाहेर त्यांना भेटायला येणाऱ्यांची मोठी रीघ लागलेली असायची. ते लोकांना प्रेमाने भेटत. जेव्हा एखादा प्रतिष्ठित अथवा त्यांच्यासारखा तत्त्वज्ञानी येऊन त्यांच्याशी ज्ञान-विज्ञानविषयक चर्चा करत असे, तेव्हा ते अतिशय आनंदी होत असत. त्यांच्याकडे साहित्याचं अमूल्य भांडार होतं. त्यांची स्मरणशक्ती इतकी तीव्र होती, की ग्रंथालयात कोणतं पुस्तक कोणत्या ठिकाणी ठेवलं आहे, हे ते क्षणार्धात सांगत. त्यांची संवाद साधण्याची पद्धत अतिशय अनोखी होती. त्यांच्या लाघवी बोलण्याने समोरचा माणूस पटकन मोहून जात असे.

बेंजामिन तीन वर्षं पेन्सिल्व्हेनियाच्या राष्ट्रपतिपदी कार्यरत होते. त्यानंतर मात्र त्यांनी कुठलंही पद स्वीकारलं नाही. तरीदेखील वेळोवेळी कित्येक सरकारी आणि गैरसरकारी कार्यांत त्यांची संमती घेतली जात होती.

आता बेंजामिन पूर्वी अर्धवट राहिलेलं आत्मचरित्र लिहिण्यात दररोजचा काही वेळ घालवू लागले.

इ.स. १७७१ आणि इ.स. १७८८ या कालखंडात त्यांनी आत्मचरित्राचं लेखन पूर्ण केलं. त्यांनी हे कथानक त्यांचा मुलगा विल्यम याला संबोधित करण्यासाठी लिहिलं होतं. परंतु काही कालावधीनंतर त्यांच्या एका मित्राच्या सल्ल्यानुसार त्यांनी मानवतेच्या हितासाठी ते कथानक पूर्ण केलं. असं म्हटलं जातं, 'या जगात एखादा माणूस जेव्हा अतिशय प्रतिष्ठित आणि प्रसिद्ध होतो, तेव्हा अन्य लोकांमध्ये त्याच्या उन्नतीचं कारण जाणण्याची जिज्ञासा निर्माण होते.' बेंजामिनदेखील अशा प्रसिद्ध लोकांपैकीच एक होते. याचं कारण त्यांचं निखालस देशप्रेम, कार्य करण्याची जिद्द, निष्कलंक चारित्र्य आणि त्यांचा साधेपणा हे होतं.

२६

अंतिम समय

बेंजामिन यांना आयुष्याच्या अंतिम काळात अनेक प्रकारचे शारीरिक त्रास सहन करावे लागले. त्यांना सांधेदुखी आणि मूतखड्याची व्याधी होती, हे आपण मागे जाणलं आहेच. आता त्यांचं शरीर जर्जर होऊ लागलं होतं. अशा क्षीण अवस्थेतही त्यांनी आळसाला त्यांच्या जवळपाससुद्धा फिरकू दिलं नाही. आळस येण्याची चाहूल लागताच ते पटकन उठत आणि काही ना काही लिहीत बसत. त्यांचे लेख आणि निबंध शेवटपर्यंत वृत्तपत्रांत प्रकाशित होत राहिले. गुलामगिरीच्या प्रथेविषयी त्यांनी लिहिलेल्या लेखांची खूपच स्तुती झाली. इतकंच नव्हे, तर गुलामगिरीची प्रथा बंद करण्यासाठी त्यांनी फिलाडेल्फियामध्ये जे आंदोलन केलं, ते त्यांच्या सभापतीच्या रूपात अमूल्य योगदान होतं.

बेंजामिन यांचं मृत्युपत्र

आता बेंजामिन यांच्या वयाची ८३ वर्षं पूर्ण होऊन त्यांनी ८४व्या वर्षात पदार्पण केलं होतं. जसजसं वय वाढत होतं, तसतसं आजारपणही वाढत चाललं होतं. अशा स्थितीतही ते आपल्या निकटवर्तीयांशी स्वतःच्या

मृत्यूविषयी दिलखुलास चर्चा करायचे. आता आपण फार काळ जगू शकणार नाही, याची त्यांना कल्पना आली होती. त्यामुळे त्यांनी मृत्युपत्रही लिहून टाकलं. त्यांनी त्यांच्या सर्व उत्तराधिकाऱ्यांना ज्याच्या त्याच्या योग्यतेनुसार आपल्या संपत्तीतील हिस्सा दिला, तशी त्यांनी त्यांच्या मृत्युपत्रात नोंद केली. त्यावेळी त्यांच्या सर्व संपत्तीचं मूल्य १,५०,००० डॉलर इतकं होतं. फिलाडेल्फियामधील अधिकाधिक संपत्ती त्यांनी सारा, त्यांचा जावई आणि नातवंडांच्या नावावर केली. त्यांचा अनौरस मुलगा विल्यम याला त्यांनी त्यांच्या संपत्तीतील खूपच छोटा वाटा दिला. कारण अंतिम युद्धात त्याने बेंजामिनच्या देशाविरुद्ध कार्य केलं होतं.

ज्या लोकांनी बेंजामिन यांच्याकडून कर्जाऊ स्वरूपात पैसे घेतले होते, ते त्यांनी परत घेतले नाहीत. त्या लोकांना ते सर्व पैसे त्यांनी फिलाडेल्फियामधील हॉस्पिटलला दान करायला सांगितलं. अशा प्रकारे त्यांनी लोकांद्वारे दान करवून घेतलं. जे कर्मचारी दीर्घकाळापासून त्यांच्यासोबत कार्यरत होते, त्यांनादेखील बेंजामिन यांनी आपल्या संपत्तीचं वारस बनवलं. आपल्या कर्मचाऱ्यांप्रति बेंजामिन यांची भावना कशी होती, हेच यावरून समजतं. ते सर्वांना आपल्या कुटुंबातीलच सदस्य मानत.

इ.स. १७९०च्या एप्रिल महिन्याच्या सुरुवातीला त्यांना अत्याधिक ताप येऊन छातीतही तीव्र वेदना होऊ लागल्या. डॉक्टर त्यांच्यावर नियमितपणे उपचार करत होते. बेंजामिन यांना मूतखड्याचा जो आजार होता, त्यामुळे त्यांना असह्य वेदना होत असत. त्या वेदना विसरण्यासाठी ते कधी कधी अफूचा रस सेवन करत. मात्र, ते कधीही आजाराच्या आहारी गेले नाहीत. मात्र, ते कधीही आजारामुळे हतबल झाले नाहीत. रोगग्रस्त स्थितीतही ते लोकांना भेटत, त्यांच्याशी विचारविनिमय करत. अंत्यकाळापर्यंत आनंददायी आणि तत्पर जीवन जगण्याची त्यांची तीव्र इच्छा होती. ते त्यांच्यासोबत बसलेल्या लोकांशी हास्यविनोद करत आणि त्यांना मनोरंजक किस्सेही ऐकवत.

त्यांचा ज्वरही हळूहळू अधिक तीव्र होऊ लागला आणि असह्य वेदनांमध्येही वाढ होऊ लागली, त्यातच त्यांना खोकलाही सुरू झाला.

यादरम्यान त्यांच्या छातीत एक जखम होऊन हळूहळू ती चिघळत गेली. त्यामुळे शेवटपर्यंत ते ती पीडा सोसत राहिले. परंतु आता त्या वेदना सहन करण्यापलीकडे गेल्या होत्या. त्यांचं फुफ्फुसही निकामी होऊन ते बेशुद्धावस्थेत गेले. शेवटी १७ एप्रिल, १७९० या दिवशी त्यांनी या जगाचा निरोप घेतला.

त्यांच्या निधनाने संपूर्ण जगावर गहन आघात झाला. विश्वाच्या कानाकोपऱ्यांतून त्यांच्यासाठी शोकसंदेश येऊ लागले. प्रत्येक जण त्यांच्या सोबतच्या क्षणांची आठवण करून मनोमन दुःखी होत होता. त्यांना निरोप देण्यासाठी उच्च अधिकाऱ्यांपासून ते अगदी सामान्य मनुष्यापर्यंत सर्व थरांतील लोक जमा झाले होते. सर्व चर्चमधील घंटा वाजवण्यात आल्या आणि ध्वजही खाली घेण्यात आले. त्यांचं शव दफनभूमीत आणल्यावर त्यांना तोफांची सलामी देण्यात आली. त्यांची प्रिय पत्नी डेबोरासोबतच बेंजामिनदेखील त्या भूमीत चिरनिद्रा घेऊ लागले.

अंतिम अवस्थेत बेंजामिन यांचे विचार कशा प्रकारचे होते, ते आपल्याला त्यांच्या पुढील वक्तव्यावरून स्पष्ट होईल. त्यांच्या मृत्यूपूर्वी सुमारे महिनाभर आधी एका कॉलेजच्या प्राचार्यांनी त्यांची धार्मिक मतं जाणण्याची इच्छा व्यक्त केली. तेव्हा बेंजामिन म्हणाले, *"या सृष्टीचा निर्माता असलेल्या ईश्वरावर मी पूर्ण विश्वास ठेवतो. आपण सर्वजण त्याची प्रजा आहोत आणि तो आपला पालक आहे. पालकरूपी ईश्वर समस्त जगाचं शासन चालवत आहे आणि ते इतकं वैशिष्ट्यपूर्ण रीतीने चालवत आहे, की मोठमोठ्या विद्वानांनाही त्याच्या शक्तीचा थांग लागत नाही. प्रत्येक मनुष्याने त्याची प्रार्थना करायलाच हवी, असं माझं मत आहे. शिवाय, यावर सर्वोत्तम उपाय म्हणजे प्रत्येकाने आपल्या बांधवांचं हित साधावं, कारण*

आपण सर्व एकाच कुटुंबातील सदस्य आहोत. मनुष्याचा आत्मा अमर आहे. या जन्मात केलेलं पाप आणि पुण्य यांचं फळ पुढील जन्मात नक्कीच मिळतं, असं माझं मत आहे. हेच सत्य सर्व धर्मांचा मूलमंत्र आहे.''

बेंजामिन फ्रँकलिन यांची मुलगी सारा

खंड ४
बेंजामिन फ्रँकलिन यांचे आविष्कार

बेंजामिन स्टोव्ह

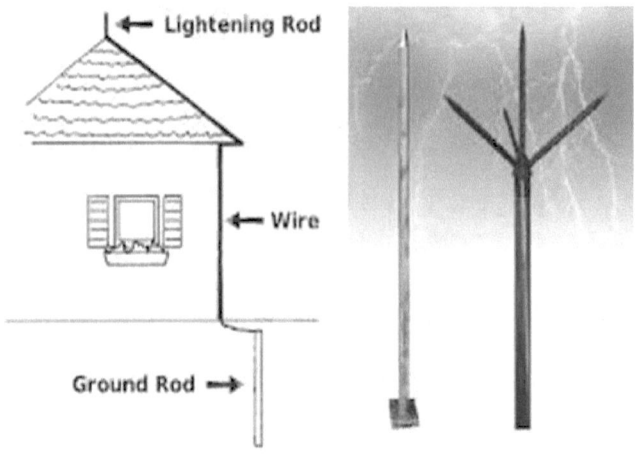

लाइट कंडक्टर

२७

बेंजामिन स्टोव्ह

इ.स. १७४२मध्ये बेंजामिन यांनी आपल्या कल्पनाशक्तीच्या जोरावर एका स्टोव्हची निर्मिती केली. हा स्टोव्ह खोली उबदार बनवण्याचं काम करत होता. ही भिंतीत बसवलेली एक धातूची शेकोटी होती. कालांतराने ती 'फ्रँकलिन स्टोव्ह' या नावाने ओळखली जाऊ लागली. हा स्टोव्ह बनवण्यासाठी त्यांनी त्या वेळी काही नवीन प्रयोग केले होते. जुन्या स्टोव्हमध्ये जळणासाठी अधिक लाकडं लागत होती, साहजिकच त्यामुळे धूरही मोठ्या प्रमाणात होत असे. शहराची लोकसंख्या सतत वाढत चालली होती, त्यामुळे लाकूडही कमी कमी होत होतं. हे लक्षात घेऊन बेंजामिन यांनी अधिक लाकडंही जाळण्याची आवश्यकता पडू नये आणि धूरही होऊ नये, असा स्टोव्ह बनवण्याचा विचार सुरू केला. या स्टोव्हने बेंजामिनच्या सर्व आवश्यकता पूर्ण केल्या आणि तो नव्या आविष्काराच्या रूपात जनतेसमोर सादर केला. अधिक उष्णता मिळावी आणि धूरही होऊ नये, हा या खुल्या शेकोटीच्या आविष्काराचा उद्देश होता. त्या वेळी हा स्टोव्ह

'परिसंचारी स्टोव्ह' किंवा 'पेन्सिल्व्हेनिया फायरप्लेस' या नावानेदेखील ओळखला जात असे.

बेंजामिनच्या या स्टोव्हमध्ये इंधनाची खूपच बचत होत होती आणि ताजी हवादेखील खोलीत येताच गरम होत होती. बेंजामिन यांनी आपला पहिला स्टोव्ह रॉबर्ट ग्रेस (Robert Grace) या मित्राला भेटस्वरूपात दिला. त्याकाळी रॉबर्टकडे एक लोखंडी भट्टी होती, तिच्यात लाकडांचा वापर केला जात होता. बेंजामिनच्या स्टोव्हमुळे त्यांना चांगली सुविधा लाभली. या आविष्काराचा सामान्य जनतेलाही लाभ मिळावा यासाठी बेंजामिन यांनी आपल्या प्रेसमध्ये याविषयी एक पत्रकही छापलं. लोकांवर त्या पत्रकाचा चांगलाच प्रभाव पडला. या उत्पादनाबद्दल ज्या लोकांच्या मनात काही शंका होत्या, त्यांचंही निरसन बेंजामिन यांनी केलं.

बेंजामिनच्या या आविष्काराविषयीची माहिती वाचल्यानंतर त्यावेळचे गव्हर्नर टॉमस खूपच खूश झाले. बेंजामिन यांच्याशी बोलून त्यांनी याची सर्व माहिती जाणून घेतली. बेंजामिन यांनी या आविष्काराची नोंद स्वतःच्या नावावर करावी आणि त्याचं पेटंट मिळवावं, अशी गव्हर्नरची इच्छा होती. परंतु बेंजामिन यांनी त्याला नकार दिला. कारण 'आपण नेहमी अन्य कोणी केलेल्या आविष्कारांचा लाभ घेतो, मग आपणदेखील एखादा आविष्कार करून इतरांची सेवा करायला हवी, जेणेकरून त्यांनाही आनंद मिळावा. लोक जर देशसेवा करण्यासाठी सक्षम असतील, तर त्यांनी निःस्वार्थपणे आणि कोणत्याही लाभाची अपेक्षा न करता देशसेवेत अग्रणी व्हायला हवं,' असं त्यांचं मत होतं.

एके दिवशी लंडनमध्ये राहणाऱ्या लोहाराला बेंजामिनच्या स्टोव्हचं पत्रक मिळालं, मग त्यानेदेखील तसाच स्टोव्ह तयार केला. लोहाराने त्या स्टोव्हमध्ये थोडेफार बदल केले आणि स्वतःच्या नावाने त्याचं पेटंट मिळवलं. यातून त्याने बराच पैसा मिळवला. अशा प्रकारे बेंजामिननी

पेटंट न घेतलेल्या आविष्काराचा अन्य लोकांनी फायदा घेतला आणि पैसे कमावले. काही लोक यात यशस्वी झाले, तर काही अयशस्वी. परंतु बेंजामिन यांनी कोणाविरुद्धही तक्रार दाखल केली नाही. कारण आपल्या नावाने पेटंट घेऊन पैसे कमावण्याची त्यांची इच्छा नव्हती. त्यांच्याकडे भरपूर पैसाअडका होता. लोक या संशोधनाचा लाभ घेत आहेत, ही त्यांच्यासाठी अतिशय आनंददायी बाब होती. ते जिथे राहत होते, तिथे आसपासच्या सर्व घरांमध्ये 'फ्रँकलिन स्टोव्ह' पोहोचला होता आणि त्यामुळे लाकडाचीही बचत होऊ लागली होती. या संशोधनामुळे लोकही खूप आनंदी होते. बेंजामिन यांच्यासाठी पैशांपेक्षाही त्या आविष्कारामुळे लोकांना झालेला आनंद आणि लाभ अधिक महत्त्वाचा होता.

२८

लाइटनिंग कंडक्टर

त्याकाळी 'लेडन जार'चा शोध अगदी नवा होता. हे एक वीज एकत्रित करण्याचं यंत्र मानलं जात होतं. या शोधाचं श्रेय पीटर वान म्योस्चेनब्रोक (Pieter van Musschenbroek) यांना जातं. ते डचमधील लेडन येथील रहिवासी होते. त्यामुळे त्यांचा शोध त्यांचं वास्तव्य असलेल्या शहराच्या नावाने ओळखला जाऊ लागला. यात दोन इलेक्ट्रॉडच्या साहाय्याने एका काचेच्या जारमध्ये वीज एकत्र केली गेली होती. एक इलेक्ट्रॉड काचेच्या जारच्या आतील भागात, तर दुसरा जारच्या बाहेरच्या बाजूला ठेवण्यात येत असे. बेंजामिन यांना जेव्हा या प्रयोगाबद्दल समजलं, तेव्हा त्यांच्या मनात त्याविषयी अधिक माहिती प्राप्त करण्याची इच्छा निर्माण झाली.

विजेचा शोध

आश्चर्याची बाब ही, की त्याचकाळात एका डॉक्टरने हॉस्पिटलमध्ये एका पुस्तकातील या प्रयोगाविषयीची सविस्तर माहिती वाचली. त्या

डॉक्टरनेदेखील बेंजामिन यांना विजेसंबंधी काही प्रयोग करून दाखवले, ते पाहून बेंजामिन थक्क झाले. ते प्रयोग आश्चर्यकारक होते. आता त्यांच्या मनावरही विजेसंबंधी प्रयोग करण्याचं भूत स्वार झालं. त्यांना ज्या ज्या वेळी थोडासा मोकळा वेळ मिळत असे, त्या त्या वेळी ते विजेसंबंधी प्रयोग करत असत. हळूहळू त्यांच्यात या प्रयोगांविषयी रुची निर्माण झाली. त्यांना विजेचे लहानसहान प्रयोग करण्यात यशही मिळालं. हेच प्रयोग ते लोकांसमोरही सादर करत आणि त्यामुळे लोकही अतिशय आनंदी व्हायचे.

बेंजामिन यांनी लेडन जारच्या प्रयोगाला आधारभूत मानून, त्यात कित्येक सुधारणा केल्या. त्यात त्यांनी आपल्याकडून काही गोष्टींची भर घातली. हे प्रयोग करण्यासाठी ते कॉर्क लावलेल्या बाटलीचा प्रयोग करत. त्यात पाणीही भरलेलं असायचं. एकदा विजेचा दाब कोणत्या भागात असतो, हे जाणण्यासाठी त्यांनी बाटलीतून तारही काढली आणि बाटलीवर असणारा कॉर्कही काढून टाकला. मग पटकन आपला दुसरा हात बाटलीच्या तोंडावर ठेवला. असं करताच पाण्यातून अचानक वेगवान प्रवाहासह विजेची उष्णता बाहेर पडली. या प्रयोगातून त्यांना तारेत काहीही जोर नव्हता हे समजलं; परंतु पाण्यात जोर होता की नाही, हे पाहण्यासाठी त्यांनी पुन्हा बाटलीत वीज भरली आणि पहिल्याप्रमाणेच त्यातून कॉर्क आणि तार काढून टाकली. त्यानंतर त्या बाटलीतील पाणी दुसऱ्या बाटलीत टाकलं. पाण्यात विजेचा प्रभाव असता, तर दुसऱ्या बाटलीच्या तोंडावर हात ठेवल्यानंतर उष्णता जाणवायला हवी होती, परंतु ती जाणवली नाही.

यातून त्यांनी हा निष्कर्ष काढला, की कदाचित पहिल्या बाटलीतील पाणी काढताना विजेचा प्रभाव नष्ट झाला असावा, किंवा तो पहिल्या बाटलीत राहिला असावा. त्यांनी जेव्हा पहिल्या बाटलीत दुसऱ्यांदा पाणी टाकलं, तेव्हा त्यात काही वीज होती, याचा पुरावा मिळाला. शेवटी ते या निष्कर्षाप्रत पोहोचले, की विजेचा प्रभाव केवळ काचेतच असतो, जे बाटलीच्या स्वाभाविक गुणांमुळेच शक्य आहे. बेंजामिनद्वारे झालेलं 'लेडन

जारचं पृथक्करण' या संशोधनाला त्या काळातील सर्वोत्तम संशोधन मानलं गेलं. कारण ते एक असं संशोधन होतं, ज्यात कोणतीही व्यक्ती कसलीच चूक अथवा त्रुटी काढू शकली नाही.

पतंगाद्वारे विजेचं परीक्षण

ढगांच्या गर्जनेतून निर्माण होणारी वीज आणि घर्षणातून तयार होणारी वीज एकाच प्रकारची असते, की त्यात काही फरक असतो, हे बेंजामिन यांना जाणून घ्यायचं होतं. हे पडताळण्यासाठी त्यांना कोणताही ठोस स्रोत मिळत नव्हता. प्राचीनकाळी लोक आकाशातून कोसळणाऱ्या विजेला दैवी कोप अथवा दैवी शिक्षा मानत होते. आजदेखील बहुसंख्य लोक यामागील वैज्ञानिक कारण समजून न घेता पूर्वापार पसरलेला अंधविश्वासच खरा मानतात. त्याकाळी फिलाडेल्फियामध्ये एक अतिशय उंच मिनार उभारला जात होता. या मिनारचं काम पूर्ण झाल्यानंतर त्यावर चढून ढगांपासून वीज प्राप्त करण्याचा प्रयत्न करावा, असं बेंजामिन यांनी मनोमन ठरवलं.

काही दिवसांनी त्यांनी एक लहान मुलगा पतंग उडवत असताना पाहिला. त्याला पाहून अचानक त्यांच्या मनात एक विचार चमकून गेला आणि त्यांच्या चेहऱ्यावर हास्य विलसलं. त्यांना आपला नवीन प्रयोग पूर्ण करण्यासाठी एक युक्ती सुचली. त्यांनी एक रेशमी कपड्यांचा पतंग बनवला आणि त्याला एक धागा बांधून तो आकाशात उडवला. त्यांनी तो पतंग उडवत अतिशय उंच भागात नेला आणि त्या धाग्याचं दुसरं टोक एका झाडाला बांधून टाकलं. पतंग हवेत उडत होता आणि ते अतिशय उत्सुकतेने त्या पतंगाला बांधलेला धागा पाहत होते. त्यावेळी आकाशात ढग जमा झाले होते आणि थोड्याच वेळात पाऊस पडणार याची चाहूल लागली होती. ढगांच्या कडकडाटाने आकाशात वीज चमकली आणि पतंगाला बांधलेला धागा एकदम ताणला गेल्यासारखा ताठ झाला. त्यानंतर त्यांच्या बोटांना विजेचा धक्का बसला. जीवावर बेतू शकणाऱ्या या प्रयोगातून

बेंजामिन फ्रँकलिन सुदैवाने थोडक्यात बचावले.

त्यांचा प्रयोग यशस्वी झाला आणि ते या निष्कर्षाप्रत पोहोचले, की आकाशात कडाडणारी वीज ही घर्षणाने तयार होणाऱ्या विजेसारखीच असते. या निष्कर्षाने संपूर्ण विज्ञानजगतात खळबळ माजली. अशाच प्रकारे काही अन्य वैज्ञानिकांनीदेखील आपल्या प्रयोगाद्वारे हे सिद्ध करण्याचा प्रयत्न केला. बेंजामिनसोबतच त्यांनीदेखील काही उंच इमारतींवर एक लोखंडाची लांब सळई उभी करून तिच्या साहाय्याने घर्षणातून निर्माण होणारी वीज आणि आकाशातून कोसळणारी वीज यांच्या बाबतीत काही गोष्टी जाणण्याचा प्रयत्न केला. त्यांचे निष्कर्षदेखील पूर्वीच्या प्रयोगाशी मिळतेजुळते होते. पाहता पाहता संपूर्ण युरोपमध्ये बेंजामिन यांची एक नवोदित विद्युत वैज्ञानिक अशी ख्याती निर्माण झाली. एखाद्या उंच इमारतीच्या अथवा भवनाच्या सर्वांत उंच छतावर लोखंडाची अथवा तांब्याची मोठी सळई ठेवली आणि तिचं दुसरं टोक जमिनीत गाडलं, तर आकाशातून कोसळणाऱ्या विजेपासून होणारं नुकसान टाळलं जाऊ शकतं, हा निष्कर्ष त्यातून समोर आला. मात्र त्या सळईचा वरील भाग अणकुचीदार असायला हवा. असं केल्याने आकाशातून वीज जेव्हा इमारतीवर पडेल, तेव्हा ती लोखंडाच्या अथवा तांब्याच्या सळईतून जमिनीत जाईल. यालाच लाइटनिंग कंडक्टर (Lightning Conductor) अथवा तडित चालक असं नाव दिलं गेलं. वास्तविक असा प्रयोग करणं अतिशय कठीण आणि धोकादायक होतं. पुढे असा प्रयोग करणाऱ्या एका वैज्ञानिकाला प्राण गमवावे लागले.

पुढील काळात याचा उपयोग समुद्रातील जहाजांवर, डोंगराळ भागात उंचावर असणाऱ्या घरांवरदेखील केला जाऊ लागला. या प्रयोगाद्वारे आकाशातून कोसळणाऱ्या विजेपासून होणाऱ्या जीवित अथवा वित्तीय हानीपासून बचाव होऊ लागला. विद्युत क्षेत्रातील हा एक क्रांतिकारी प्रयोग ठरला.

आता या विषयावर त्यांनी लिहिलेले लेख जगभरातील लोक उत्सुकतेने वाचू लागले. आकाशातून कोसळणारी वीज जमिनीत टाकता येते, ही बाब काही लोकांसाठी अतिशय आश्चर्यजनक होती. या प्रयोगाच्या यशामुळे इंग्लंडच्या 'रॉयल सोसायटी'ने बेंजामिनला आपलं सदस्य नेमलं आणि त्यांना एक पदक प्रदान करून त्यांचा सन्मानही करण्यात आला. हार्वर्ड विश्वविद्यालयानेदेखील त्यांचा गौरव करून त्यांना एम.ए.ची पदवी प्रदान केली. बेंजामिन यांनी त्यानंतरही विजेसंबंधीचे प्रयोग सुरूच ठेवले. घराचं बांधकाम करताना लाइटनिंग कंडक्टरचा उपयोग करण्याबाबत सल्ला घेण्यासाठी मोठमोठे लोक बेंजामिनकडे येत असत. एक यशस्वी उद्योजक म्हणून ख्याती प्राप्त केल्यानंतर आता बेंजामिन यांची गणना जनकल्याणकारी आणि देशातील नामवंत नागरिकांच्या श्रेणीत होऊ लागली.

एका यशस्वी मनुष्यात हुशारी, धैर्य, चापल्य आणि आर्थिक आत्मनिर्भरता हे गुण असणं अनिवार्य ठरतं, असं म्हटलं जातं. हे सर्व गुण बेंजामिन यांच्यामध्ये होते, त्यामुळेच ते आपल्या कार्यक्षमतेच्या बळावर अनेक शास्त्रीय शोध लावण्यात यशस्वी झाले.

२९

छोटेच पण परिणामकारक शोध

बेंजामिन फ्रँकलिन यांनी आपल्या अद्भुत आविष्कारांनी आणि शोधांनी संपूर्ण जगाला अचंबित केलं. त्यांचे आविष्कार केवळ लोककल्याणासाठीच उपयुक्त ठरले नाहीत, तर सामान्य जनतेलाही त्याचा खूप लाभ झाला. त्यांचे काही शोध पुढीलप्रमाणे आहेत :

१. दोन लेन्सचा चश्मा

बेंजामिन यांनी एकाच चश्म्यात दोन प्रकारच्या लेन्स बसवण्याची कल्पना यशस्वीरीत्या अमलात आणली, त्यामुळे एकाच चश्म्याच्या साहाय्याने दूरचं आणि जवळचं पाहता येणं शक्य झालं. या लेन्स अशा प्रकारे बसवल्या जातात, की त्यांचा खालील भाग जवळचं पाहण्यासाठी आणि इतर भाग दूरचं पाहण्यासाठी उपयोगी पडतो. असा चश्मा सर्वप्रथम बेंजामिन यांनीच बनवला.

२. मूत्रविसर्जन नलिका

त्याकाळात मनुष्याला एखाद्या आजारामुळे मूत्रविसर्जन करण्यात

अडथळा निर्माण झाला, तर अशावेळी मूत्रविसर्जन करण्यासाठी काही साधनांचा वापर केला जात असे. या पद्धतीत मूत्राशयात एक कृत्रिम नळी घातली जात असे, त्यामुळे रुग्णाला असह्य वेदना सहन कराव्या लागून ते अतिशय कष्टप्रदही ठरत असे. यावर उपाय म्हणून बेंजामिन यांनी एक लवचिक नलिका बनवली. त्यांचा भाऊ जॉन याला जेव्हा मूत्रपिंडाचा आजार जडला, तेव्हा त्यांनी या नलिकेचा प्रयोग केला. या नलिकेमुळे त्यांना मूत्रविसर्जन करणं सुकर बनलं आणि वेदनादेखील अतिशय कमी झाल्या.

३. प्रिंटिंग प्रेसचे साचे

बेंजामिन प्रिंटिंग प्रेसचं काम करत होते, तेव्हा प्रिंटिंग तंत्रज्ञान अधिक विकसित झालं नव्हतं. फिलाडेल्फियामध्ये तर टाइप तयार करायचं काम कोणीही करत नव्हतं. त्यांना प्रिंटिंगमध्ये अनेक प्रकारची चिन्हं, किनारपट्टीसाठी वेगवेगळ्या डिझाइन्स आणि प्रतीकांची आवश्यकता भासत असे. त्यासाठी त्यांनी लाकडी साचे विकसित केले. ते लाकडी ठोकळ्यांचे साचे कम्पोजिंगमध्ये बसवून प्रिंटिंग केलं जात असे. बटाट्यापासून बनवलेल्या साच्याचादेखील त्यांनी प्रयोग केला.

४. तापमापक (थर्मामीटर)

बेंजामिन जेव्हा सागरी प्रवासाला जायचे, तेव्हा त्यांच्यात कोणती वस्तू कशी काम करते, याची जिज्ञासा निर्माण होत असे. कित्येक वेळा प्रतिकूल हवामानामुळे जहाज मध्येच कुठेतरी थांबवावं लागत असे. मग वातावरण अनुकूल होण्याची प्रतीक्षा करावी लागत असे. त्या वेळी त्यांच्या मनात विचार येत, 'हवामानाची माहिती मिळू शकेल असं एखादं यंत्र असतं, तर किती बरं झालं असतं!' या विचारातूनच पुढे थर्मामीटरसारख्या यंत्राची निर्मिती झाली. त्यांनी काचेच्या एका लहानशा बाटलीमध्ये थोडं मद्य आणि पाणी भरलं. त्यानंतर ती बाटली चांगल्या प्रकारे हलवली. मग ती बाटली

बंद करून त्यात एक काचेची नळी टाकली. ती नळी बाटलीच्या तळापासून थोडी वर राहील याची दक्षता घेतली. त्यानंतर त्यांनी ती बाटली आपल्या दोन्ही हातांनी झाकून टाकली. आता मद्य आणि पाणी यांच्या मिश्रणाने बाटलीत एक प्रक्रिया घडून हवेच्या दाबामुळे ते मिश्रण पसरण्यासाठी अधिक जागेची आवश्यकता भासू लागली. त्यामुळे ते मिश्रण काचेच्या नलिकेत वर चढत गेलं. यातूनच त्यांना हवेच्या दाबाचं परीक्षण करता आलं.

५. गल्फ स्ट्रीमचा नकाशा

समुद्रमार्गाने प्रवास करत असतानादेखील त्यांच्यातील संशोधक त्यांना स्वस्थ बसू देत नव्हता. त्यांचं नेहमी वेगवेगळ्या गोष्टींचं निरीक्षण सुरू असायचं. मग त्याला समुद्रमार्गाने होणारा प्रवास तरी कसा अपवाद असू शकेल? अटलांटिक महासागरातील लाटा इतर सागरातील लाटांपेक्षा अधिक वेगाने उफाळतात. त्याचबरोबर या पाण्याचा रंगदेखील वेगळा असून, यात विहार करणारे जलचर प्राणीदेखील वेगळे आहेत. शिवाय, त्या पाण्याचं तापमानदेखील वेगळं आहे. या बाबी त्यांच्या निरीक्षणातून आढळून आल्या. बेंजामिन यांनी तेथील हवामानाचा प्रभाव जाणण्यासाठी स्वतः बनवलेल्या थर्मामीटरचा प्रयोग केला आणि त्यानुसार एक नकाशा बनवला. हाच नकाशा पुढे गल्फ स्ट्रीम नकाशा म्हणून ओळखला जाऊ लागला. हा नकाशा सापासारखा दिसतो.

६. तरंगणारे पंख

बेंजामिन फ्रँकलिन यांना बालपणापासूनच जलतरणाची खूप आवड होती. पोहण्यासाठी ते सतत उत्साही असायचे. त्यांनी अगदी लहान वयातच तरंगणाऱ्या पंखांची जोडी तयार केली. ती पंखांची जोडी दोन्ही हातांना बांधून कोणीही सहजपणे पाण्यात पोहू शकत असे. हे पंख आज पोहण्यासाठी वापरल्या जाणाऱ्या फ्लिपरप्रमाणेच होते, जे पायात घातले जातात.

७. ओडोमीटर

चाकाच्या साहाय्याने चालणाऱ्या वाहनाने किती अंतर पार केलं हे ज्या यंत्राद्वारे समजतं, त्याला 'ओडोमीटर' म्हटलं जातं. हे यंत्र कार, बस, बाइक अथवा सायकल यांना बसवता येऊ शकतं. बेंजामिन ज्या काळात फिलाडेल्फियामध्ये पोस्ट मास्टर म्हणून कार्यरत होते, त्याकाळी त्यांना नेहमी बोस्टनला जावं लागत असे. त्या प्रवासात आपण किती प्रवास केला, किती दूर आलो आहोत, हे जाणण्याची त्यांना उत्सुकता असे. या उत्कंठेतूनच ओडोमीटरचा आविष्कार झाला. त्यांनी असं तंत्र शोधलं, ज्याद्वारे एक यंत्र वाहनाच्या चाकाला विशिष्ट पद्धतीने जोडल्यास, त्या यंत्रात फिरणारी सुई ठरावीक अंतरावर गेल्यानंतर एक मैल प्रवास झाला असं समजत असे. ओडोमीटरच्या शोधामुळे प्रवासातील अंतर मोजण्याचा त्रास कायमस्वरूपी संपला.

८. ग्लास ऑर्मोनिका

बेंजामिन फ्रँकलिन संगीताचे चाहते होते, ते नियमितपणे संगीत सभा आणि संगीत कार्यक्रमांमध्ये भाग घेत असत. त्यांच्या संगीतातील रुचीमुळे त्यांच्याकडून एका नवीन प्रकारच्या वाद्याचा आविष्कार घडला. या शोधाविषयी ते लिहितात, 'माझ्याकडून जे काही आविष्कार घडले, त्या सर्वांमध्ये ग्लास ऑर्मोनिकाच्या शोधाने मला सर्वांत जास्त आनंद मिळाला.'

एकदा त्यांना हेंडल नावाच्या संगीतकाराचं संगीत ऐकण्याची संधी मिळाली. ते काचेच्या कित्येक ग्लासांमध्ये वेगवेगळ्या प्रमाणात मद्य भरून ते ग्लास बोटांनी वाजवत असत. अठराव्या शतकात इंग्लंडमध्ये अशा प्रकारचं संगीत अतिशय लोकप्रिय होतं. त्यांचं संगीत ऐकल्यानंतर बेंजामिन यांनी इ.स. १७६१ मध्ये स्वतः ग्लास ऑर्मोनिका तयार केला. यासाठी त्यांनी लंडनमधील ग्लास संगीत वाजवणाऱ्या चार्ल्स जेम्स (Charles

James) यांची मदत घेतली. या वाद्यात त्यांनी ३७ काचेचे ग्लास जोडले आणि नोटेशन बनवणं सुकर व्हावं म्हणून त्या प्रत्येक ग्लासच्या वरील भागाला वेगवेगळा रंग दिला. बेंजामिनच्या या वाद्यातील ग्लासांमध्ये पाणी भरलं नव्हतं. सर्व ग्लास एकमेकांना एका गोल चक्राने जोडले होते. हे यंत्र पाय दाबून वाजवलं जात असे. हे वाद्य तयार झाल्यानंतर इ.स. १७६२मध्ये ते सार्वजनिक रूपात प्रदर्शित करण्यात आलं. जनतेने या यंत्राची खूपच प्रशंसा केली. बीथोवन (Beethoven) आणि मोझार्ट (Mozart) यांच्यासारख्या प्रसिद्ध संगीतकारांनीदेखील या वाद्याचा उपयोग केला. हे वाद्य बेंजामिन आणि त्यांची नात सॅली हे दोघं मिळून वाजवत असत.

९. नकली (कृत्रिम) हात

बेंजामिन यांचं पुस्तकांबद्दलचं प्रेम तर आपल्याला माहीतच आहे. त्यांचं स्वतःचं एक भव्य आणि सुसज्ज ग्रंथालय होतं. त्यात शेकडो ग्रंथांचं संकलन होतं. कधी कधी उंच शेल्फवर ठेवलेली पुस्तकं घेणं आणि पुन्हा जागेवर ठेवणं अतिशय जिकिरीचं होत असे. यावर उपाय म्हणून त्यांनी एक (कृत्रिम) नकली हात बनवला. ही एक लांबसर लाकडी काठी होती, त्या काठीला एक (कृत्रिम) नकली पंजा बसवला होता. त्याच्या साहाय्याने उंच ठिकाणी ठेवलेलं पुस्तक घेणं आणि परत ठेवणं सहज शक्य होऊ लागलं.

१०. माश्यांवरील प्रयोग

एके दिवशी बेंजामिन त्यांच्या मित्रासोबत भोजन करत होते, त्यावेळी त्या मित्राने मद्यपानाची इच्छा व्यक्त केली. त्यावर बेंजामिन यांनी एका बाटलीतील थोडीशी दारू एका पेल्यात ओतली. अचानक त्यांचं लक्ष त्या पेल्याकडे गेलं, तेव्हा त्यांना त्यात ३-४ मृत माश्या दिसल्या. ते मद्य बऱ्याच दिवसांपूर्वी व्हर्जिनियातून आणून त्या बाटलीत भरल्याचं त्यांना आठवलं. एखादी माशी जर मद्यात बुडाली आणि ती काढून सूर्यकिरणं तिच्यावर पडतील अशा पद्धतीने ठेवली, तर अशी माशी पुन्हा सक्रिय

होते, ही माहिती त्यांनी पूर्वी एका पुस्तकात वाचल्याचं त्यांना आठवलं. या गोष्टीची प्रचिती घ्यायची असं त्यांनी ठरवलं. लगेचच त्यांनी ती दारू वेगवेगळ्या पेल्यांमध्ये गाळून भरली. त्यात त्यांना काही मृतप्राय माश्या मिळाल्या. त्या त्यांनी उन्हात ठेवल्या. तीन तासांनी पाहिलं तर त्यातील दोन माश्या हालचाल करू लागल्या होत्या आणि पंखही फडफडवू लागल्या होत्या. हे पाहून त्यांना खूपच आश्चर्य वाटलं. काही काळाने त्यांच्यात पुरेसं बळ आलं आणि त्या फुर्रकन उडून गेल्या. सर्व माश्यांपैकी केवळ एकच माशी सक्रिय होऊ शकली नाही.

बेंजामिन यांनी माश्यांवर प्रयोग केल्यानंतर लिहिलं, की 'माणसालाही अशा प्रकारे बुडवून ठेवण्याची एखादी युक्ती सापडली तर किती बरं होईल! त्याला कधीही बाहेर काढता यावं आणि पुन्हा जिवंत करता यावं. शंभर वर्षांनंतर अमेरिकेची दशा खूपच बदलणार आहे, मी तो बदल पाहू शकलो तर किती बरं होईल! मला अशी एखादी युक्ती मिळाली, तर मीदेखील दारूत बुडून मरून जाईन. मग शंभर वर्षांनंतर माझ्या प्रिय देशातील सूर्यकिरणांनी पुन्हा जिवंत होऊन माझाच देश एका नव्या रूपात पाहू शकेन.'

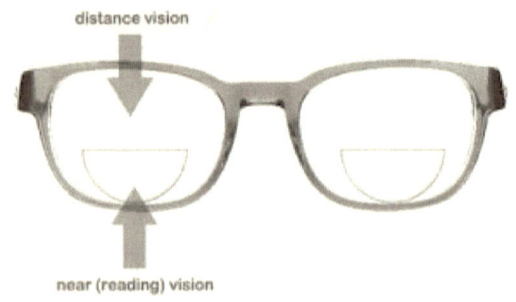

दोन लेसवाला चष्मा

Odometer

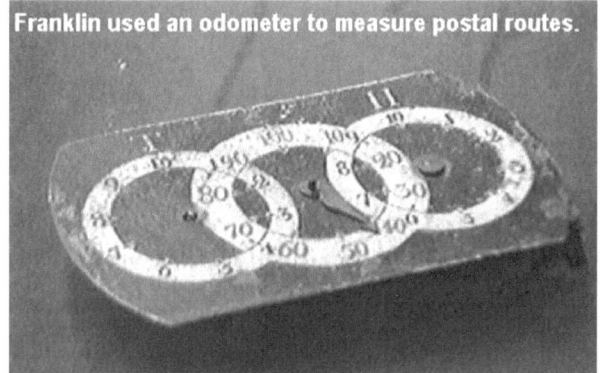

ओडोमीटर

ग्लास ऑर्मोनिका

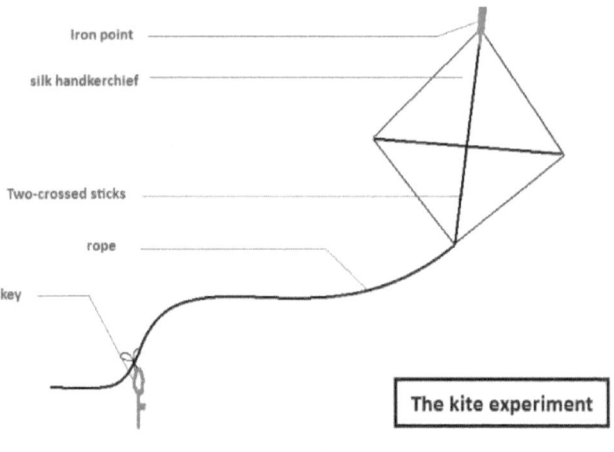

पतंग परीक्षण

FIG. 173.—FRANKLIN'S CHART OF THE GULF STREAM.

गल्फ स्ट्रीमचा नकाशा

परिशिष्ट

१

स्मृतिचिन्हं

बेंजामिन फ्रँकलिन यांनी आपल्या जीवनात जो सन्मान प्राप्त केला, जी लोकप्रियता मिळवली, ती त्यांच्या मृत्यूनंतरही कायम राहिली. समकालीन लोकांच्या हृदयात त्यांना जे आदराचं स्थान मिळालं होतं, ते त्यांच्या मृत्यूनंतरही जगात कायम राहिलं. त्यांना अमेरिकेचे जनक असं संबोधलं जाऊ लागलं. कित्येक गोष्टींशी त्यांच्या स्मृती जोडल्या गेल्या आहेत. त्यांपैकी काही पुढीलप्रमाणे आहेत. -

१. 'द स्टेट ऑफ फ्रँकलिन' (The State of Franklin) जे काही दिवसच अस्तित्वात राहिलं. अमेरिकेतील क्रांतीदरम्यान याची निर्मिती झाली होती.

२. त्यांचं नाव १६ राज्यांमधील काउन्टींना देण्यात आलं.

३. लँकस्टरच्या जवळ फ्रँकलिन आणि मार्शल कॉलेज.

४. फिलाडेल्फियामध्ये 'फ्रँकलिन फिल्ड' नावाचं फुटबॉल मैदान.

५. बेंजामिन फ्रँकलिन पूल, जो फिलाडेल्फिया आणि कामडेन यांच्यामधील डेलावर नावाच्या नदीवर बांधण्यात आला होता.

६. फिलाडेल्फिया येथील 'द फ्रँकलिन इन्स्टिटट्यूट' नावाचं एक विज्ञान संग्रहालय, जे 'बेंजामिन फ्रँकलिन पदक' प्रदान करतं.

७. 'सन्स ऑफ बेन' नावाने फिलाडेल्फिया युनियनमध्ये फुटबॉलप्रेमींसाठी तयार करण्यात आलेला क्लब.

८. 'फ्रँकलिन टेंपलटन इन्व्हेस्टमेंट' (Franklin Templeton Investment) या नावाने निर्माण केलेली एक गुंतवणूक कंपनी आहे. बेंजामिन फ्रँकलिन यांच्या सन्मानाप्रीत्यर्थ या कंपनीचं 'टीकर प्रतीक' बेन हे नाव न्यूयॉर्कस्थित स्टॉक एक्स्चेंजमध्ये नोंदण्यात आलं आहे.

स्टॉक मार्केटमध्ये एखाद्या विशिष्ट स्टॉकचा सार्वजनिक रूपात केला गेलेला व्यापार ओळखण्यासाठी 'टीकर प्रतीक'चा उपयोग केला जातो.

९. बेंजामिन फ्रँकलिन स्टोअर्स, जी एक स्टोअर्सची शृंखला आहे.

१०. मानसशास्त्राच्या क्षेत्रात 'बेन फ्रँकलिन प्रभाव.'

११. 'बेंजामिन फ्रँकलिन 'हॉकाय' पिअर्स' नाव असलेलं कादंबरी, चित्रपट आणि टीव्हीच्या कार्यक्रमातील एक पात्र.

१२. नेव्हीच्या कित्येक जहाजांचं नाव 'यू.एस.एस. फ्रँकलिन' (USS Franklin) ठेवलं गेलं आहे.

१३. त्यांच्या एका मित्राने एका वृक्षाचं नाव 'फ्रँकलिन अलातमाहा' (Franklin Alatamaha) ठेवलं.

१४. 'सी.एम.ए. सी.जी.एम. बेंजामिन फ्रँकलिन (CMA CGM

Benjamin Franklin) या नावाने चीनमध्ये एक मालवाहू जहाज तयार केलं, ते आता फ्रान्सकडे आहे.

याव्यतिरिक्त अनेक गल्ल्या, भाग-प्रभाग, नगर, परगणे, हॉटेल्स, राजमार्ग, बँका, संघ, स्मारकं, संस्था, संग्रहालयं, चौक अशी ठिकाणं त्यांच्या नावाने प्रसिद्ध आहेत. अनेक प्रिंटिंग प्रेस आजही त्यांच्या नावाने कार्यरत आहेत. सरकारी संस्था, ग्रंथालय अशा विविध ठिकाणी त्यांच्या प्रतिमा आणि फोटो लावलेले आहेत. इ.स. १९२८मध्ये शंभर डॉलरच्या नोटेवर त्यांचं चित्र छापलं गेलं. इ.स. १९४८ ते १९६४ या दरम्यान पन्नास डॉलरच्या नोटेवरही ते छापलं गेलं. त्याचबरोबर हजार डॉलरच्या बचत बाँडवरदेखील त्यांचं चित्र छापलं आहे. पोस्टाच्या तिकिटांवरही त्यांचं चित्र छापलं आहे. फिलाडेल्फिया शहरातच त्यांचे जवळपास ५००० पुतळे बसवले गेले आहेत, असं सांगितलं जातं. त्यांचा जन्मदिन संपूर्ण अमेरिकेत एका उत्सवाच्या रूपात साजरा केला जातो. त्यांच्याबद्दलचं पुढील विधानही प्रसिद्ध आहे :

> 'बेंजामिन अमेरिकेच्या संयुक्त संस्थानांचे एकमेव असे राष्ट्रपती होते, जे कधीही अमेरिकेच्या संयुक्त संस्थानांचे राष्ट्रपती बनले नाहीत.'

२

बेंजामिन यांचे अनमोल विचार

१. मासा आणि अतिथी तीन दिवसांनंतर दुर्गंधयुक्त आणि अप्रिय वाटू लागतात.

२. रुग्णांना आरोग्यदायी ऋतू जितका लाभदायी असतो, तितकाच हसतमुख चेहराही लाभदायी असतो.

३. मुंगीइतकं चांगलं उपदेशक अन्य कोणीही नाही, ती काम करताना नेहमी शांत असते.

४. एखाद्या व्यक्तीने आपलं धन ज्ञानार्जनासाठी खर्च केलं, तर ते ज्ञान त्या व्यक्तीपासून कोणीही हिरावून घेऊ शकत नाही. ज्ञानासाठी केलेल्या गुंतवणुकीतून नेहमी चांगलंच फळ परत मिळतं.

५. आजपर्यंत संपत्तीमुळे कुणालाही आनंद मिळाला नाही आणि मिळणारही नाही. एखाद्या व्यक्तीकडे जितकं धन आहे, त्यापेक्षा तिला अधिक धन हवं असतं. धन पोकळी भरून काढण्याऐवजी पोकळी निर्माण करतं.

६. क्रोध कधीही विनाकारण केला जात नाही; परंतु क्वचितच ते कारण सार्थ असतं.

७. ज्ञानात गुंतवणूक केल्याने सर्वाधिक व्याज मिळतं.

८. जीवनात हीच दुःखद बाब आहे, की आपण लवकर मोठे होतो, परंतु समंजस उशिरा बनतो.

९. तुम्ही थांबू शकता, परंतु वेळ थांबू शकत नाही.

१०. लवकर झोपल्याने आणि लवकर उठल्याने मनुष्य स्वस्थ, समृद्ध आणि बुद्धिमान बनतो.

११. एकतर वाचण्यायोग्य काहीतरी लिहा किंवा लिहिण्यायोग्य काही करा.

१२. ईश्वर त्यालाच मदत करतो, जो स्वतःला मदत करतो.

१३. संतोष गरिबांना श्रीमंत बनवतो, तर असंतोष श्रीमंतांना गरीब.

१४. अर्धसत्य बऱ्याच वेळा 'काट्याचा नायटा' बनवतं.

१५. चांगलं कृत्य हे चांगलं बोलण्यापेक्षा श्रेष्ठ आहे.

१६. निरंतर विकास आणि प्रगती यांच्याविना सुधारणा, प्राप्ती आणि यश अशा शब्दांना काहीही अर्थ नाही.

१७. लहानसहान खर्च करतानाही सावध राहा. कारण एक छोटंसं छिद्रदेखील मोठं जहाज बुडवू शकतं.

१८. तयारी करण्यात अयशस्वी होणं, म्हणजे अयशस्वी होण्याची तयारी करणं होय.

१९. अज्ञानी असणं ही तितकी लाजिरवाणी गोष्ट नाही, जितकी शिकण्याची इच्छा न ठेवणं ही आहे.

२०. बाह्यपरिस्थितीपेक्षा मनाच्या स्वभावावर आनंद अवलंबून असतो.

२१. ज्याचं स्वतःवर प्रेम जडतं, त्याला कोणीही प्रतिस्पर्धी राहत नाही.

२२. आनंद वस्तूंमध्ये नसून तो आपल्या अंतरंगात आहे.

२३. खरा मित्र तोच, जो संकटसमयी उपयोगी पडतो.

२४. आपल्या अज्ञानाची जाणीव होणं हे ज्ञानमंदिराच्या उंबरठ्यापर्यंत पोहोचण्यासारखं आहे.

२५. महान सौंदर्य, अत्याधिक शक्ती आणि अमाप धन या गोष्टींचा तसा काही विशेष उपयोग नाही. या सर्वांपेक्षा एक विशुद्ध हृदय श्रेष्ठ आहे.

२६. जीवनात तीन गोष्टी अतिशय कठीण आहेत – पोलाद, हिरा आणि स्वतःला जाणणं.

३

गुणांचा खजिना

'तुम्ही जर चुका होतील म्हणून घाबरत राहाल, तर तुमच्या हाती केवळ अपयशच लागेल, त्यामुळे न भिता पुढे जा.' हीच प्रवृत्ती मनुष्याला महान बनवते. तुमचा या विधानावर विश्वास नाही? चला तर मग त्या माणसाचं जीवन जाणून घेऊ या, ज्याने हे बुद्धिनिष्ठ विधान केलं. त्यांचं नाव आहे, 'बेंजामिन फ्रँकलिन.'

साबण तयार करणाऱ्या एका माणसाच्या घरात जन्मलेल्या बेंजामिन फ्रँकलिन यांनी प्राथमिक शिक्षणापासून वंचित राहूनही, आपल्या प्रत्येक कार्यात एक आगळावेगळा ठसा उमटवला. त्यांनी लहान वयात, म्हणजे वयाच्या बाराव्या वर्षी आपला भाऊ जेम्स यांच्या प्रिंटिंग प्रेसमध्ये काम करायला सुरुवात केली आणि अत्यल्प काळात प्रिंटिंग प्रेसचं काम शिकून घेतलं. त्यांच्यामध्ये शिकण्याची जिद्द होती. त्यांचं एक अत्यंत प्रसिद्ध विधान आहे, 'एक तर असं काहीतरी लिहा, जे वाचण्यायोग्य असेल किंवा असं काही करा, जे लिहिलं जाऊ शकेल.' बेंजामिन यांनी जीवनात या दोन्ही गोष्टी केल्या. त्यांनी लिहिलेला प्रत्येक लेख लोकांवर अतिशय प्रभाव

पाडत असे, मग तो कोणत्याही विषयावरील असो. त्यांच्या लेखनामुळे लोकांना आजही प्रेरणा मिळते. त्यांनी स्वतःचं जीवन इतकं प्रेरणादायी बनवलं, की शतकानुशतके लोक त्यांच्या जीवनावर पुस्तकं आणि निबंध लिहीत आहेत.

बेंजामिन यांनी आपल्या लेखांमध्ये अमेरिकी वसाहतीशी निगडित असलेल्या कित्येक पैलूंवर सविस्तर टिप्पणी केली. पुढे स्वतःच्या पायावर उभं राहण्यासाठी, आत्मनिर्भर बनण्यासाठी त्यांनी केवळ सतराव्या वर्षी घरदार सोडलं.

'ऊर्जा आणि दृढता यांच्या बळावरच प्रत्येक गोष्टीत विजय प्राप्त करता येतो.' कदाचित हाच तो मंत्र असावा, जो त्यांच्या जीवनाची नवीन सुरुवात करताना ते शिकले होते. न्यूयॉर्कच्या अनोळखी गल्ल्यांतून भटकत भटकत ते फिलाडेल्फियाला गेले, जिथे त्यांनी स्वबळावर एक प्रिंटिंग प्रेस सुरू केली. आर्थिक स्तरावर समृद्धी प्राप्त केल्यानंतर त्यांनी लोकसेवेची कितीतरी कामं केली. कित्येक दशकांपासून अनेक विद्वानांमध्ये ज्याविषयी संभ्रम होता, अशा विजेच्या गुणधर्मांचं रहस्य उलगडून त्यांनी विज्ञान क्षेत्रातही महान योगदान दिलं.

संशोधन करत करत हळूहळू बेंजामिन फ्रँकलिन यांनी राजकारणातही प्रवेश केला. त्यात इतकं यश संपादन केलं, की त्यांच्या राज्यातील लोकांनी प्रतिनिधित्व करण्यासाठी बेंजामिन यांचीच निवड केली. इतकंच नव्हे, तर पुढे आपल्या देशाची घटना तयार करण्यासाठी बेंजामिन फ्रँकलिन यांचीच निवड करण्यात आली. त्यांनी घटनेची रूपरेखा तयार करण्यासाठी संपूर्ण सहयोग दिला होता. बेंजामिन फ्रँकलिन हे अमेरिकेतील सर्वांत प्रभावशाली नेत्यांपैकी एक नेते होते. इ.स. १७७५च्या क्रांतीमध्ये त्यांनी अतिशय महत्त्वपूर्ण भूमिका बजावली होती. आज त्यांना संयुक्त राज्य अमेरिकेच्या संस्थापक जनांपैकी एक मानलं जातं. इ.स. १७७६ ते १७८५ या कालावधीत

फ्रान्समध्ये अमेरिकेचे राजदूत म्हणून त्यांची निवड झाली होती.

फ्रान्समध्ये बेंजामिन फ्रँकलिन यांनी जो लौकिक प्राप्त केला, त्याचा प्रभाव फ्रान्ससारख्या विशाल देशातील जनतेच्या हृदयात कित्येक वर्षं राहिला. तिथे त्यांनी त्यांच्या योग्यतेचा ठसा उमटवला होता. तेथील अनेक प्रतिष्ठित लोक त्यांच्या विलक्षण प्रतिभेने आश्चर्यचकित झाले होते.

लोकांना आर्थिक मदत करण्यासाठी बेंजामिन नेहमी तत्पर असत. एखाद्याला पैशांची अडचण आहे हे दिसताच ते त्याला पैसे देत. उदारपणा हा त्यांच्या व्यक्तिमत्त्वातील एक विशेष गुण म्हणायला हवा.

> एका इंग्रजी पादरीला फ्रान्समध्ये तुरुंगात डांबण्यात आलं होतं. बेंजामिन यांना हे वृत्त समजल्यानंतर त्यांनी त्या पादरीला पत्र लिहिलं. त्यात त्यांनी लिहिलं होतं, 'ज्याप्रमाणे मी आज तुम्हाला मदत करत आहे, अगदी त्याचप्रमाणे तुम्हीदेखील एखाद्या संकटात असलेल्या माणसाला मदत करायला हवी. तुम्हाला मदत करून मी माझ्या धर्माचं पालन केलं आहे. म्हणून तुम्हीदेखील एखाद्याला साहाय्य केलं तर तुमच्या धर्माचं पालन कराल. ज्याप्रकारे मी तुमच्यावर उपकार केले, त्याचप्रकारे तुम्हीदेखील एखाद्यावर उपकार करावेत. अशा प्रकारे थोड्याशा पैशाने कित्येक लोकांना मदत मिळत जाईल. इतरांना मदत करण्याचं हे चक्र असंच अव्याहत चालत राहायला हवं. कारण अखिल मानव जात एक कुटुंबच आहे.'

अमेरिकन क्रांतीदरम्यान एका मुत्सद्दी राजकीय नेत्याच्या रूपात त्यांनी फ्रान्सचा पाठिंबा मिळवला. पुढे त्याची अमेरिकेला स्वातंत्र्य मिळण्यात खूपच मदत झाली. मुत्सद्दी, मुरब्बी राजकारणी बेंजामिन फ्रँकलिन यांनी पॅरिसमध्ये अमेरिकेचे मंत्री म्हणून अतिशय चांगली कारकीर्द गाजवली. फ्रान्सच्या जनतेने त्यांची खूप स्तुती केली. फ्रान्स आणि अमेरिका यांच्या

संबंधात सकारात्मक विकास घडवून आणण्यात बेंजामिन प्रमुख होते. इ.स. १७७५ ते १७७६ या कालावधीत फ्रँकलिन कॉन्टिनेंटल काँग्रेसचे पोस्टमास्टर जनरल होते. त्यासोबतच ते सुप्रीम एक्सिक्यूटिव्ह काउन्सिल ऑफ पेन्सिल्व्हेनियाचे अध्यक्षही होते. शिक्षण क्षेत्रात 'पेन्सिल्व्हेनिया युनिव्हर्सिटी' स्थापन करण्यात त्यांचं अतिशय महत्त्वपूर्ण योगदान होतं. ते अमेरिकन फिलॉसॉफिकल सोसायटीचे पहिले अध्यक्ष होते.

१७६५मध्ये जेव्हा स्टॅम्प अधिनियम जारी केला गेला, तेव्हा अमेरिकेतील लोकांनी त्याला कडाडून विरोध केला. लोकांचा विरोध जाणून बेंजामिन फ्रँकलिन यांनी हा लोकविरोधी स्टॅम्प अधिनियम रद्द करण्यासाठी अमेरिकन संसदेवर दबाव टाकला आणि ते जनमानसाचे नायक बनले. बेंजामिन कित्येक उच्चपदांवर आरूढ झाले, तरीही त्यांनी सतत काही ना काही शिकत राहण्याची सवय सोडली नाही. अत्यंत व्यग्र दिनचर्या असूनही त्यांनी फ्रेंच, इटालियन, स्पॅनिश आणि लॅटिन अशा विदेशी भाषांवर प्रभुत्व मिळवलं. काहीतरी नवीन शिकण्यासाठी त्यांच्याकडे नेहमीच वेळ असायचा. कित्येक जबाबदाऱ्या सांभाळत असतानाही त्यांनी कधीही 'वेळ नाही' ही सबब सांगितली नाही. पुढील घटनेद्वारे त्यांच्या जीवनात वेळेला किती महत्त्व होतं हे समजून येईल. –

बेंजामिन फ्रँकलिन यांचं पुस्तकांचं दुकान होतं. एके दिवशी त्यांच्या दुकानात एक ग्राहक आला. काही पुस्तकं चाळल्यानंतर त्याने तेथील कर्मचाऱ्याला एका पुस्तकाची किंमत किती, असं विचारलं.

त्यावर कर्मचारी उत्तरला, ''एक डॉलर.''

ती किंमत ऐकून ग्राहक म्हणाला, ''ही किंमत तर जास्त आहे. काही कमी होऊ शकते का?''

कर्मचारी स्पष्टपणे म्हणाला, ''नाही.''

मग ग्राहकाने विचारलं, ‘‘बेन फ्रँकलिन इथे आहेत का? मी त्यांना भेटू इच्छितो.’’

त्यावर कर्मचारी म्हणाला, ‘‘ते आता येणार आहेत.’’

फ्रँकलिन आल्यानंतर ग्राहकाने त्यांना विचारलं, ‘‘या पुस्तकाची किंमत किती कमी होईल?’’

फ्रँकलिन म्हणाले, ‘‘सव्वा डॉलर.’’

त्यांनी सांगितलेली किंमत ऐकून ग्राहक आश्चर्य व्यक्त करत म्हणाला, ‘‘तुमच्या कर्मचाऱ्याने तर याची किंमत एक डॉलर सांगितली!’’

त्यावर फ्रँकलिन म्हणाले, ‘‘त्याने तर योग्य किंमत सांगितली; पण पाव डॉलर ही माझ्या वेळेची किंमत आहे.’’

त्यावर ग्राहकाने योग्य किंमत सांगण्याची विनंती केली. तो म्हणाला, ‘‘ठीक आहे, आता याची योग्य किंमत सांगा.’’

हे ऐकून फ्रँकलिन त्या ग्राहकाला म्हणाले, ‘‘तुम्ही हे पुस्तक खरेदी करायला जितका उशीर कराल, तितकं वेळेचं मूल्य वाढवलं जाईल. आता या पुस्तकाची किंमत दीड डॉलर आहे.’’

आता ग्राहकाकडे इतर कोणताही मार्ग उरला नव्हता, त्याने ते पुस्तक दीड डॉलर देऊन खरेदी केलं. पुस्तकासोबतच वेळेचं मूल्यही त्याला समजलं.

वेळेचं महत्त्व जाणणाऱ्या बेंजामिन फ्रँकलिन यांनी वृद्धापकाळ येईपर्यंत लेखक, प्रिंटर, राजनैतिक सिद्धांतकार, राजकीय नेता, पोस्टमास्टर, वैज्ञानिक, संगीतज्ञ, संशोधक, व्यंग्यचित्रकार, सामाजिक कार्यकर्ता, कूटनीतिज्ञ आणि परराष्ट्र विशेषज्ञ अशा कितीतरी पदव्या प्राप्त केल्या होत्या.

यावरूनच बेंजामिन हे एक बहुआयामी आणि प्रतिभासंपन्न व्यक्तिमत्त्व होतं, हे दिसून येतं. आधुनिक अमेरिकेच्या या संस्थापकाची विलक्षण प्रतिभा हाच त्यांच्यातील एक मुख्य गुण होता, ज्यामुळे त्यांचं वेगळेपण इतरांच्या मनात ठसत होतं.

चला तर, आपण त्यांचं साहस, त्यांचे क्रांतिकारी विचार आणि कधीही हार न मानणाऱ्या जिद्दीला वंदन करू या. त्याचबरोबर ज्या गुणांमुळे ते महान बनले, ते गुण आत्मसात करण्याचा प्रयत्न करू या.

बेंजामिन फ्रँकलिन यांचा पुतळा (अमेरिका, वॉशिंग्टन)

एक अल्प परिचय
सरश्री

स्वीकार मुद्रा

सरश्रींचा आध्यात्मिक शोधाचा प्रवास त्यांच्या बालपणापासूनच सुरू झाला होता. हा शोध सुरू असतानाच त्यांनी अनेक प्रकारच्या पुस्तकांचं अध्ययन केलं. त्याचबरोबर या शोधकाळात त्यांनी अनेक ध्यानपद्धतींचा अभ्यासही केला. त्यांच्यातील या जिज्ञासेने त्यांना अनेक वैचारिक आणि शैक्षणिक संस्थांमध्ये जाण्यासाठी प्रेरित केलं. जीवनाचं रहस्य समजण्यासाठी त्यांनी **प्रदीर्घ काळ मनन करून आपलं शोधकार्य सातत्याने सुरू ठेवलं. या शोधातूनच त्यांना 'आत्मबोध' प्राप्त झाला.** आत्मसाक्षात्कारानंतर त्यांना जाणवलं, की **अध्यात्माचा प्रत्येक मार्ग ज्या शृंखलेने जोडलेला आहे, तो म्हणजे 'समज' (Understanding).** आत्मबोधप्राप्तीनंतर त्यांनी अध्यापनाचं कार्य थांबवलं आणि जवळ जवळ दोन दशकांहूनही अधिक काळ आपलं समस्त जीवन अखिल मानवजातीच्या आध्यात्मिक विकासासाठी अर्पण केलं.

सरश्री म्हणतात, ''सत्यप्राप्तीच्या सर्व मार्गांचा प्रारंभ जरी वेगवेगळ्या मार्गांनी होत असला, तरी सर्वांचा अंत मात्र एकच समज प्राप्त केल्याने होतो. ही **'समज'च सर्व काही असून ती स्वतःमध्ये परिपूर्ण आहे.** आध्यात्मिक ज्ञानप्राप्तीसाठी या 'समजे'चं श्रवणच पुरेसं आहे.'' ही समज प्रकाशमान करण्यासाठी आजपर्यंत त्यांनी **आध्यात्मिक विषयांवर तीन हजारांहून अधिक प्रवचनं दिली आहेत.** या प्रवचनांद्वारे ते अध्यात्मातील अतिशय गहन संकल्पना सहज, सुलभ आणि व्यावहारिक भाषेत समजावून सांगतात. समाजातील प्रत्येक स्तरावरील मनुष्य सरश्रींद्वारे सांगितल्या

जाणाऱ्या या समजेचा लाभ घेऊ शकतो.

ही समज प्रत्येकाला आपल्या अनुभवातून प्राप्त व्हावी, यासाठी सरश्रींनी **'महाआसमानी परमज्ञान शिबिर'** आणि त्यासाठी आवश्यक असणारी कार्यप्रणाली (सिस्टिम) तयार केली. **तिचा लाभ आज लाखो लोक घेत आहेत.** या प्रणालीला आय.एस.ओ. (ISO 9001:2015) प्रमाणपत्रही लाभलंय. या प्रणालीमुळेच अनेकांना सत्यमार्गावर वाटचाल करण्याची प्रेरणा मिळाली आहे. या समजेचा प्रचार आणि प्रसार करण्यासाठी त्यांनी 'तेजज्ञान फाउंडेशन' या आध्यात्मिक संस्थेचा पाया रचला. **'हॅपी थॉट्सद्वारे उच्चतम विकसित समाजाची निर्मिती करणे,'** हेच या संस्थेचं मुख्य उद्दिष्ट आहे.

विश्वातील प्रत्येक मनुष्य आज सरश्रींच्या मार्गदर्शनाचा लाभ घेऊ शकतो. त्यासाठी कोणत्याही धर्म, जात, उपजात, वर्ण, पंथ वा लिंग यांचं बंधन नसतं. विश्वाच्या प्रत्येक कानाकोपऱ्यांतील लोक आज 'तेजज्ञान'च्या अनोख्या ज्ञानप्रणालीचा (System for Wisdom) लाभ घेत आहेत. याच व्यवस्थेचा आणखी एक महत्त्वपूर्ण भाग म्हणजे, **दररोज सकाळी आणि रात्री ९ वाजून ९ मिनिटांनी लाखो लोक विश्वशांतीसाठी प्रार्थना करत आहेत.**

बेस्ट सेलर पुस्तक 'विचार नियम' शृंखलेचे रचनाकार म्हणूनही सरश्रींना ओळखलं जातं. **केवळ पाच वर्षांच्या कालावधीत या पुस्तकाच्या १ कोटीपेक्षा अधिक प्रती वितरित** झाल्या आहेत. याशिवाय आजवर त्यांनी विविध विषयांवर **१०० हून अधिक पुस्तकं लिहिली** आहेत. त्यांपैकी 'विचार नियम', 'स्वसंवाद एक जादू', 'शोध स्वतःचा', 'स्वीकाराची जादू', 'निःशब्द संवाद एक जादू', 'संपूर्ण ध्यान' इत्यादी पुस्तकं बेस्ट सेलर झाली आहेत. ही पुस्तकं दहापेक्षा अधिक भाषांमध्ये अनुवादित असून, पेंगुइन बुक्स, हे हाउस पब्लिशर्स, जैको बुक्स, मंजुळ पब्लिशिंग हाउस, प्रभात प्रकाशन, राजपाल ॲण्ड सन्स, पेंटागॉन प्रेस आणि सकाळ प्रकाशन इत्यादी प्रमुख प्रकाशन संस्थांद्वारे ती प्रकाशित झाली आहेत.

तेजज्ञान फाउंडेशन परिचय

तेजज्ञान फाउंडेशन आत्मविकासातून आत्मसाक्षात्कार प्राप्त करण्याचा एक मार्ग आहे. यासाठी सरश्रींद्वारा एक अनोखी बोधप्रणाली (System for Wisdom) निर्माण झाली आहे. या प्रणालीला आंतरराष्ट्रीय प्रमाणपत्राद्वारे ISO 9001:2015च्या आवश्यकतेनुसार आणि निकष पडताळून सरळ, व्यावहारिक आणि प्रभावी बनवलं गेलं आहे.

या संस्थेच्या प्रबोधनपद्धतीच्या भिन्न पैलूंना (शिक्षण, निरीक्षण आणि गुणवत्ता) स्वतंत्र गुणवत्ता परीक्षकांद्वारे (Quality Auditors) क्रमबद्ध पद्धतीने पडताळलं गेलं. त्यानंतर या पैलूंना ISO 9001:2015 साठी पात्र समजून या बोधपद्धतीला हे प्रमाणपत्र प्रदान करण्यात आलं.

या फाउंडेशनचे लक्ष्य आहे नकारात्मक विचारांकडून सकारात्मक विचारांकडे वाटचाल. सकारात्मक विचारांकडून शुभ विचारांकडे म्हणजे हॅपी थॉट्सकडे प्रगती. शुभ विचारांकडून निर्विचार अवस्थेकडे मार्गक्रमण आणि निर्विचार अवस्थेच्या अंती आत्मसाक्षात्कार प्राप्ती. 'मी सर्व विचारांपासून मुक्त व्हावे' हा विचार म्हणजे शुभ विचार (हॅपी थॉट्स). 'मी प्रत्येक इच्छेपासून मुक्त व्हावे', अशी इच्छा म्हणजे शुभ इच्छा.

तेजज्ञान म्हणजे ज्ञान व अज्ञान या दोहोंच्या पलीकडचे ज्ञान. पुष्कळ लोक सामान्य ज्ञानाच्या (ऋशापशीरश्र घपेुश्रशवसश) माहितीलाच ज्ञान मानतात. परंतु अस्सल ज्ञान आणि नुसती माहिती यांत फार मोठे अंतर आहे. आजमितीला लोक सामान्य ज्ञानाच्या उत्तरांनाच जास्त महत्त्व देतात. अशा ज्ञानाचे विषय म्हणजे कर्म आणि भाग्य, योग आणि प्राणायाम, स्वर्ग आणि नरक इत्यादी. आजच्या युगात साम न्यज्ञान प्राप्त करणारे लोक, शिक्षक मोठ्या प्रमाणावर आहेत; परंतु हे ज्ञान ऐकून जीवनात परिवर्तन घडून येत नाही. असे ज्ञान म्हणजे केवळ बुद्धिविलास आहे किंवा अध्यात्माच्या नावावर चाललेला बुद्धीचा व्यायाम आहे.

सर्व समस्यांवरील उपाय आहे तेजज्ञान. क्रोध, चिंता आणि भय यांपासून मुक्त जीवन म्हणजे तेजज्ञान. शारीरिक, मानसिक, सामाजिक, आर्थिक आणि आध्यात्मिक प्रगतीचा, सर्वांगीण प्रगतीचा मार्ग आहे तेजज्ञान. तेजज्ञान आपल्या अंतरंगात आहे. येथे या आणि या गोष्टीचा अनुभव घ्या.

आपल्याला असे ज्ञान हवे आहे, की जे सामान्य ज्ञानापलीकडे आहे, जे प्रत्येक समस्येवरील उत्तर आहे, जे प्रत्येक समजुतीपासून, गृहीत धारणांपासून आपल्याला मुक्त करते, ईश्वरी साक्षात्कार घडविते, अंतिम सत्यात स्थापित करते. आता वेळ आली आहे शाब्दिक, सामान्यज्ञानातून बाहेर येऊन तेजज्ञानाचा अनुभव घेण्याची!

आजवर जप-तप, तंत्र-मंत्र, कर्म-भाग्य, ध्यान-ज्ञान, योग-भक्ती असे अनेक मार्ग अध्यात्मात सांगितले आहेत. या सर्व मार्गांनी प्राप्त होणारी अंतिम समज, अंतिम ज्ञान, बोध एकच आहे. अंतिम सत्याच्या शोधकाला, साधकाला शेवटी जी एकच 'समज' प्राप्त होते, ती 'समज' श्रवणानेसुद्धा प्राप्त होऊ शकते. अशा समजप्राप्तीसाठी श्रवण करणे यालाच तेजज्ञान प्राप्त करणे म्हटले गेले आहे. तेजज्ञानाच्या श्रवणाने सत्याचा साक्षात्कार घडतो, ईश्वरीय अनुभव मिळतो. हेच तेजज्ञान सरश्री महाआसमानी शिबिरात प्रदान करतात.

महाआसमानी परमज्ञान शिबिर परिचय आणि लाभ (निवासी)

तुम्हाला सर्वोच्च आनंद हवाय? असा आनंद, जो कोणत्याही बाह्य कारणावर अवलंबून नाही... जो प्रत्येक क्षणी वृद्धिंगत होतो. या जीवनात तुम्हाला प्रेम, विश्वास, शांती, समृद्धी आणि परमसंतुष्टी हवी आहे का? शारीरिक, मानसिक, सामाजिक, आर्थिक आणि आध्यात्मिक अशा आयुष्याच्या सर्व स्तरांवर यशस्वी होण्याची तुमची इच्छा आहे का? 'मी कोण आहे' हे तुम्हाला अनुभवाने जाणावंसं वाटतं का?

तुमच्या अंतर्यामी अशा सर्व प्रश्नांची उत्तरं जाणण्याची इच्छा आणि 'अंतिम सत्य' प्राप्त करण्याची तृष्णा असेल, तर तेजज्ञान फाउंडेशनतर्फे आयोजित 'महाआसमानी शिबिरा'त तुमचं स्वागत आहे. हे शिबिर सरश्रींच्या मार्गदर्शनावर आधारित आहे. सरश्री, आजच्या युगातील आध्यात्मिक गुरू असून, ते आजच्या लोकभाषेत अत्यंत सहजपणे आध्यात्मिक समज प्रदान करतात.

महाआसमानी परमज्ञान शिबिराचा उद्देश :विश्वातील प्रत्येक मनुष्यानं 'मी कोण आहे', या प्रश्नाचं उत्तर जाणून तो सर्वोच्च आनंदाच्या अवस्थेत स्थापित व्हावा, हाच या शिबिराचा मुख्य उद्देश आहे. प्रत्येकाला असं ज्ञान प्राप्त व्हावं, जेणेकरून

त्यानं प्रत्येक क्षणी वर्तमानात जगण्याची कला आत्मसात करावी. तो भूतकाळाचं ओझं आणि भविष्याची चिंता यांतून मुक्त व्हावा. प्रत्येकाच्या आयुष्यात कधीही न संपणारा आनंद आणि योग्य समज यावी. शिवाय, प्रत्येकानं समस्या विलीन करण्याची कला आत्मसात करावी. थोडक्यात, मनुष्यजन्माचा उद्देश सफल व्हावा, हाच या शिबिराचा उद्देश आहे.

'मी कोण आहे? मी येथे का आहे? मोक्ष म्हणजे काय? या जन्मातच मोक्षप्राप्ती शक्य आहे का?' असे प्रश्न जर तुमच्या मनात असतील, तर त्यांवरील उत्तर आहे- 'महाआसमानी परमज्ञान शिबिर'.

महाआसमानी परमज्ञान शिबिराचे मुख्य लाभ : वास्तविक या शिबिराचे लाभ तर असंख्य आहेत; पण त्यांपैकी मुख्य लाभ पुढीलप्रमाणे- ✻ जीवनात शक्तिशाली ध्येय निश्चित होतं ✻'मी कोण आहे' हे अनुभवाने जाणता येतं (सेल्फ रियलायजेशन) ✻ मनाचे सर्व विकार विलीन होतात. ✻ भय, चिंता, क्रोध, बोरडम, मोह, तणाव या नकारात्मक बाबींतून मुक्ती ✻प्रेम, आनंद, मौन, समृद्धी, संतुष्टी, विश्वास अशा दिव्य गुणांशी युक्ती ✻ साधं, सरळ पण शक्तिशाली जीवन जगता येतं ✻ प्रत्येक समस्येचं निराकरण करण्याची कला प्राप्त होते ✻ 'प्रत्येक क्षणी वर्तमानात जगणं' हा तुमचा स्वभाव बनतो ✻ आपल्यातील सर्व सकारात्मक शक्यता खुलतात ✻ याच जीवनात मोक्षप्राप्ती होते

महाआसमानी परमज्ञान शिबिरात सहभागी कसं व्हाल? या शिबिरात सहभागी होण्यासाठी तुम्हाला खालील बाबींची पूर्तता करायची आहे-

१. तुमचं वय कमीत कमी अठरा किंवा त्यापेक्षा अधिक असायला हवं.

२. सर्वप्रथम तुम्हाला 'सत्य-स्थापना' (फाउंडेशन ट्रुथ रिट्रीट) शिबिरात सहभागी व्हावं लागेल. या शिबिरात, तुम्ही प्रामुख्यानं दोन बाबी शिकाल- प्रत्येक क्षणी वर्तमानात जगण्याची कला कशी आत्मसात करावी आणि निर्विचार अवस्था कशी प्राप्त करावी.

३. प्राथमिक स्तरावर तुम्हाला काही प्रवचनं ऐकायची असून, त्यांतून तुम्ही मूलभूत समज आत्मसात कराल आणि महाआसमानी शिबिरात प्रवेश करण्यासाठी तयार व्हाल.

हे शिबिर साधारणपणे एक-दोन महिन्यांच्या अंतराने आयोजित करण्यात

येतं. यात हजारो सत्यशोधक सहभागी होतात. या शिबिराची तयारी दोन पद्धतींनी करू शकता. पहिली पद्धत- मनन आश्रम, पुणे येथे ५ दिवसीय शिबिरात भाग घेऊ शकता. दुसरी पद्धत- तेजज्ञान फाउंडेशनच्या जवळच्या सेंटरवर जाऊन सत्यश्रवणाद्वारेही करू शकता. महाराष्ट्रात अहमदनगर, सातारा, औरंगाबाद, नाशिक, नागपूर, वर्धा, अमरावती, चंद्रपूर, यवतमाळ, कोल्हापूर, सांगली, रत्नागिरी, लातूर, बीड, नांदेड, परभणी, पनवेल, मुंबई, ठाणे, सोलापूर, पंढरपूर, जळगाव, अकोला, बुलढाणा, धुळे, भुसावळ आणि महाराष्ट्राबाहेर सुरत, अहमदाबाद, बडोदा, नवी दिल्ली, बेंगलुरू, बेळगाव, धारवाड, रायपूर, भुवनेश्वर, कोलकाता, रांची, लखनौ, कानपूर, चंदीगढ, जयपूर, चेन्नई, पणजी, म्हापसा, भोपाळ, इंदोर, इटारसी, हर्दा, विदिशा, बुऱ्हाणपूर या ठिकाणी महाआसमानी शिबिराची पूर्वतयारी करू शकता.

तेजज्ञान फाउंडेशनमध्ये उपलब्ध असणाऱ्या सरश्रीलिखित पुस्तकांचं वाचन करून किंवा सरश्रींच्या प्रवचनांच्या सीडीज ऐकूनही तुम्ही या शिबिराची पूर्वतयारी करू शकता. याशिवाय, तुम्ही टीव्ही, रेडिओ किंवा यू ट्युबवरील सरश्रींच्या प्रवचनांचा लाभही घेऊ शकता. पण लक्षात घ्या, पुस्तकांतील ज्ञान, सीडी, टीव्ही, रेडिओ आणि यू ट्युबवरील प्रवचनं म्हणजे 'तेजज्ञानाची तोंडओळख' आहे; 'संपूर्ण तेजज्ञान' मुळीच नाही. तुम्ही महाआसमानी शिबिरात सहभागी होऊनच तेजज्ञानाचा आनंद घेऊ शकता. तेव्हा आगामी महाआसमानी शिबिरात सहभागी होण्यासाठी आजच संपर्क करा- 09921008060/75, 9011013208

महाआसमानी शिबिरस्थान : हे शिबिर पुण्यातील मनन आश्रम येथे आयोजित केलं जातं. येथे तुमच्या निवासाची आणि भोजनाची व्यवस्था केली जाते. तुम्हाला काही शारीरिक व्याधी असतील आणि त्यासाठी जर तुम्ही नियमितपणे औषधं घेत असाल, तर शिबिरात येताना ती सोबत बाळगावीत. शिवाय, वातावरणानुसार गरम कपडे, स्वेटर, ब्लँकेटही आणावं.

पुणे शहरापासून १७ किलोमीटर अंतरावर अत्यंत निसर्गरम्य परिसरात मनन आश्रम वसलेला आहे. आश्रमात महिला आणि पुरुष यांच्या निवासाची स्वतंत्र व्यवस्था असून येथे जवळपास ८०० लोकांच्या राहण्याची व्यवस्था आहे. आपण हवाईमार्ग, हायवे किंवा रेल्वे अशा कोणत्याही मार्गाने पुण्यात येऊ शकता.

मनन आश्रम : मनन आश्रम, पुणे, सर्व्हे नं. ४३, सणस नगर, नांदोशी गाव, किरकटवाडी फाटा, तालुका- हवेली, जिल्हा- पुणे-४११०२४.फोन- 09921008060

* तेजज्ञान इंटरनेट रेडिओ *

तेजज्ञान इंटरनेट रेडिओद्वारे २४ तास ३६५ दिवस, सरश्रींच्या प्रवचन आणि भजनांचा लाभ घ्या. त्यासाठी पाहा लिंक–
http://www.tejgyan.org/internetradio.aspx

विविध भारती F.M. वर दर रविवारी
सकाळी १०:०५ ते १०:१५ वा.

नोट : *या कार्यक्रमांच्या वेळेत बदल झाल्यास नोंद ठेवावी.*

www.youtube.com/tejgyan च्या साहाय्यानेदेखील
सरश्रींच्या प्रवचनांचा लाभ घेऊ शकता.
For online shoping visit us - www.tejgyan.org,
www.gethappythoughts.org

आपणास हवी असलेली पुस्तकं घरपोच मिळण्यासाठी मनीऑर्डर पाठवा.

ही पुस्तकं आमच्या खर्चाने रजिस्टर्ड पोस्ट, कुरिअर आणि व्ही.पी.पी.द्वारे पाठवली जातील. त्यासाठी खालील पत्त्यावर संपर्क साधावा.

वॉव पब्लिशिंग्ज् प्रा. लि.

*रजिस्टर्ड ऑफिस : E-4, वैभव नगर, तपोवनमंदिराजवळ, पिंपरी, पुणे –४११०१७

* पोस्ट बॉक्स नं. ३६, पिंपरी कॉलनी, पोस्ट ऑफिस, पिंपरी–पुणे – ४११०१७

फोन नं. : 09011013210 / 9623457873

आपण पुस्तकांची ऑर्डर ऑनलाईनही देऊ शकता.

लॉग इन करा – www.gethappythoughts.org

३०० रुपयांहून अधिक किमतीची पुस्तकं मागवल्यास १०% सूट मिळेल आणि डिलिव्हरी फ्री.

तेजज्ञान फाउंडेशनच्या मुख्य शाखा

पुणे : (रजिस्टर्ड ऑफिस)

विक्रांत कॉम्प्लेक्स, तपोवन मंदिराजवळ, पिंपरी, पुणे : ४११ ०१७.
फोन : (०२०) २७४१२५७६, २७४११२४०

मनन आश्रम :

सर्व्हे नं. ४३, सणस नगर, नांदोशी गांव, किरकटवाडी फाटा, तालुका : हवेली, जि. पुणे: ४११ ०२४. फोन : ०९९२१००८०६०

e-books

The Source • Complete Meditation • Ultimate Purpose of Success • Enlightenment l Inner Magic • Celebrating Relationships • Essence of Devotion • Master of Siddhartha • Self Encounter and many more.
Also available in Hindi at gethappythoughts.org

Free apps

U R Meditation & Tejgyan Internet Radio on all platforms like Android, iPhone, iPad and Amazon

e-magazines

'Yogya Aarogya' & 'Drushtilakshya'

emagazines available on www.magzter.com

e-mail

mail@tejgyan.com

Website

www.tejgyan.org, www.gethappythoughts.org

❋ नम्र निवेदन ❋

विश्वशांतीसाठी लाखो लोक दररोज सकाळी आणि रात्री ९:०९ मिनिटांनी प्रार्थना करत आहेत. कृपया, आपणही यामध्ये सहभागी व्हा.

www.ingramcontent.com/pod-product-compliance
Lightning Source LLC
LaVergne TN
LVHW041712070526
838199LV00045B/1318
9789387696570